സി.വി. ബാലകൃഷ്ണൻ

നവരസകഥകൾ

പഠനം

എ. വി. പവിത്രൻ

വര

ഗിരീഷ് മക്രേരി

കൈരളി ബുക്സ്

Malayalam Language
Navarasa Kathakal
(Selected Stories)
by
C V Balakrishnan

♦

Published in April 2016
This Edition October 2022
by Kairali Books Private Limited
Thalikkavu Road, Kannur.
Ph : 0497-2761200
E-Mail : kairalibooksknr@gmail.com

♦

Cover Design
Prasanth Mangad

♦

Price ₹ : 230.00
1/16-17/Sl.No.807/100/NS 18.6
ISBN 978-93-49726-01-7

സി.വി.ബാലകൃഷ്ണൻ

പയ്യന്നൂരിനടുത്തുള്ള അന്നൂരിൽ ജനനം. വിദ്യാർഥി ആയിരിക്കുമ്പോൾ തന്നെ എഴുതിത്തുടങ്ങി. ആയുസ്സിന്റെ പുസ്തകം, ദിശ, കാമമോഹിതം, കണ്ണാടിക്കടൽ, അവനവന്റെ ആനന്ദം കണ്ടെത്താനുള്ള വഴികൾ, പരിമളപർവതം, സുഗന്ധസസ്യങ്ങൾക്കിടയിലൂടെ, കൺവെട്ടത്ത്, അന്യദേശകഥകൾ (വിവർത്തനം), സാന്നിധ്യം, കടൽഗുഹകൾ, പുരുഷാരം എന്നിങ്ങനെ നാല്പതിലേറെ കൃതികൾ. ആത്മാവിന് ശരിയെന്നു തോന്നുന്ന കാര്യങ്ങൾ (നോവൽ) 2000-ൽ കേരള സാഹിത്യ അക്കാദമി അവാർഡും വി.ടി. സ്മാരക പുരസ്കാരവും നേടി. ദൃശ്യമാധ്യമങ്ങളുമായി സജീവബന്ധം പുലർത്തുന്നു. ഏതാനും ഫീച്ചർ ചിത്രങ്ങൾക്കും ടെലിവിഷൻ പരമ്പരകൾക്കും ഹ്രസ്വചിത്രങ്ങൾക്കും തിരക്കഥയെഴുതിയിട്ടുണ്ട്. കൊച്ചു കൊച്ചു സന്തോഷങ്ങൾ എന്ന ചിത്രത്തിന് കേരള ഫിലിം ക്രിട്ടിക്സ് അസോസിയേഷൻ ബഹുമതി. സിനിമയുടെ ഇടങ്ങൾ എന്ന കൃതി (പഠനം) മികച്ച ചലച്ചിത്ര ഗ്രന്ഥത്തിനുള്ള 2002 ലെ സംസ്ഥാന അവാർഡ് നേടി. രചനകളിൽ ചിലത് കന്നഡ, തമിഴ്, തെലുങ്ക്, ഹിന്ദി, ഇംഗ്ലീഷ്, ജർമൻ ഭാഷകളിലേക്ക് മൊഴിമാറ്റം ചെയ്യപ്പെട്ടിട്ടുണ്ട്.

ഭാര്യ : പദ്മാവതി
മക്കൾ : നയന, നന്ദൻ

വിലാസം: 'ദിശ', പിലിക്കോട് പി.ഒ., കാസറഗോഡ് ജില്ല, പിൻ-671310
ഫോൺ : (0467) 2262590, 9446016590
ഇ-മെയിൽ : cvbalakrishnandisa@gmail.com

പ്രസാധകക്കുറിപ്പ്

മലയാള കഥാസാഹിത്യത്തിലെ മികവുറ്റ കഥകളെ നവരസങ്ങളുടെ അടിസ്ഥാനത്തിൽ സമാഹരിക്കുകയെന്ന സദുദ്ദേശ്യത്തിലാണ് കൈരളി ബുക്സ് 'നവരസകഥകൾ' പ്രസിദ്ധീകരിക്കുന്നത്. കഥയുടെ ഉള്ളടക്കം പ്രസരിപ്പിക്കുന്ന സ്ഥായീഭാവങ്ങൾ പലതാകാം. എങ്കിലും നവരസങ്ങളിലൊന്നിന്റെ ഊന്നൽ കഥയിൽ ഉണ്ടായേക്കാം. അത്തരം രസമർമത്തെ മാനദണ്ഡമാക്കിയാണ് ഈ കഥകൾ തെരഞ്ഞെടുത്തിട്ടുള്ളത്. ആദ്യഘട്ടത്തിൽ കാരൂർ, ഉറൂബ്, എസ്.കെ. പൊറ്റക്കാട്, എം.ടി., മാധവിക്കുട്ടി, ടി. പത്മനാഭൻ, എം. മുകുന്ദൻ, പുനത്തിൽ കുഞ്ഞബ്ദുള്ള, സേതു എന്നിവരുടെ ഒൻപതു കഥകൾ വീതമാണ് നവരസക്രമത്തിൽ ഉൾപ്പെടുത്തിയിട്ടുള്ളത്. ഭാവനയുടെ അപാരതയിൽ ജീവിതാനുഭവങ്ങളുടെ വൻകരകൾ വരച്ചിട്ട സർഗപ്രതിഭകളാണിവർ. ഈ മഹാരഥന്മാരുടെ കഥകൾ ഈവിധം പ്രസിദ്ധപ്പെടുത്തുന്നതിനു കൈവന്ന അവസരത്തെ കൈരളിയുടെ പ്രവർത്തകർ ഏറെ ചാരിതാർഥ്യത്തോടെയാണ് കാണുന്നത്.

സർഗാത്മകതയുടെ പുതിയ ലോകത്ത് സ്വന്തമായ ദർശനങ്ങളെ വിന്യസിപ്പിക്കുന്ന ഒരെഴുത്തുകാരന്റെ ഏറ്റവും പ്രശസ്തമായ ഒൻപതു കഥകളാണ് ഈ കൃതിയിൽ സമാഹരിച്ചിട്ടുള്ളത്. മത, രാഷ്ട്രീയ, വിശ്വാസയുക്തികൾക്കു സമാന്തരമായ സാംസ്കാരികമായ നവപരിപ്രേഷ്യം പ്രസരിപ്പിക്കുന്ന വിഭിന്നങ്ങളായ രചനാലോകമാണ് സി. വി. ബാലകൃഷ്ണന്റേത്. സന്ദിഗ്ധതകളുടെ സമകാലപരിസ്ഥിതിയിൽ ജീവിതബോധത്തെ മാറ്റിപ്പാർപ്പിക്കാനുള്ള കലാപരമായ പുതിയ ഇടങ്ങളെ ദിശാനിർണയം ചെയ്യുന്ന സി.വി.യുടെ കഥകൾ പ്രതിബദ്ധതയിലും ലാവണ്യഭാവങ്ങളിലും വേറിട്ടുനില്ക്കുന്നു. വായനക്കാരുടെ നവഭാവുകത്വത്തെ അഭിസംബോധന ചെയ്യുന്ന ഈ കഥകൾ വളരെ അഭിമാനപൂർവമാണ് കൈരളി ബുക്സ് അവതരിപ്പിക്കുന്നത്.

സ്നേഹപൂർവം,
കൈരളി ബുക്സ് പ്രവർത്തകർ

നവരസകഥകൾ

- കരിമ്പിൻ പാടത്തെ ചാറ്റൽ മഴയിൽ
- കോഴിയങ്കം
- മക്കൾ
- ഉറങ്ങാൻ വയ്യ
- ചുഴലിക്കാറ്റിന്റെ വരവ്
- ചിത്രശാല
- ദൈവംകെട്ട് മഹോത്സവം
- കുളിര്
- ഉൾത്തളങ്ങൾ

കഥയുടെ രസവും കഥനത്തിന്റെ രസതന്ത്രവും

എ. വി. പവിത്രൻ

ആധുനികാനന്തര മലയാളകഥയിൽ വിഷയ സ്വീകരണത്തിലും ഭാഷാവബോധത്തിലും ആഖ്യാനതന്ത്രത്തിലും വിസ്മയകരമായ ലാവണ്യം സൃഷ്ടിച്ച സി.വി. ബാലകൃഷ്ണന്റെ ഒമ്പതുകഥകളുടെ സവിശേഷസങ്കലനമാണ് ഈ പുസ്തകം. എഴുത്തുകാരന്റെ രസാവബോധവും എഴുത്തിലെ രസതന്ത്രവും ഗരിമയോടെ സ്ഥാപിക്കുന്നു എന്നതാണ് ഈ കഥകളുടെ പൊതുവായ പ്രത്യേകത. ബഹുസ്വരതയാർന്നൊരു കഥാലോകത്തിൽ, രചനകളിലെല്ലാം സാർവലൗകിക മാനവികത സൃഷ്ടിച്ച് ഈ കഥാകാരൻ മലയാളഭാവനയിൽ കാലത്തെയും ജീവിതത്തെയും പുതിയഭാവത്തിലും ഭാഷയിലും കലാത്മകമാക്കുന്നു. 'നവരസകഥകൾ' എന്നത് സി.വി. ബാലകൃഷ്ണന്റെ കഥാപ്രപഞ്ചത്തിലെ മുന്നൂറിലേറെ രചനകളിൽ നിന്നുള്ള പ്രതിനിധാനം മാത്രമാണ്. ജീവിതാവിഷ്കാരങ്ങളുടെ വായനയിൽ ലഭിക്കുന്ന അലൗകികമായ ആനന്ദമാണ്, വാസ്തവത്തിൽ രസാനുഭൂതി. കൃതിയുടെ ആത്മാവാണ് രസം എന്നു പൂർവസൂരികൾ നിരീക്ഷിച്ചിട്ടുണ്ട്. സ്ഥായിയായ ഭാവം ശോകസാന്ദ്രമാകുമ്പോഴും സർഗാത്മകവൃത്തിയിൽ രസം ആനന്ദാത്മകമാകണം എന്ന് ഭരതമുനിയുടെ രസവിചാരങ്ങളിലുണ്ട്. ആവിഷ്കാരങ്ങളിലെ ദുഃഖം ആസ്വാദകരിൽ മനോഹരമായി രൂപപ്പെടുത്തുന്നില്ലെങ്കിൽ അത് കലാപരമായ പരാജയമാണ്. പങ്കുവെച്ചാൽ ദുഃഖം സഹ്യമായിത്തീരും എന്നമട്ടിൽ കരുണം ഹൃദ്യമായ രസാനുഭൂതിയാകുമ്പോഴാണ് കലയുടെ സന്നിധാനം സൗന്ദര്യമയമാകുക. പൗരസ്ത്യ സാഹിത്യസിദ്ധാന്തങ്ങളിൽ പ്രാചീനവും പ്രാമാണികവുമാണ് രസസിദ്ധാന്തം. ഭരതമുനി തൊട്ട് ജഗന്നാഥപണ്ഡിതർവരെ/ എ. ആർ മുതൽ വി.സി. ശ്രീജൻ വരെ-പല കാലങ്ങളിൽ പല രീതിയിൽ

സാഹിത്യമീമാംസകരിൽ രസാസ്വാദനം ചർച്ചാവിഷയമായിട്ടുണ്ട്. നൃത്തം, സംഗീതം, സാഹിത്യം എന്നിവയുടെ സംശ്ലേഷണമാണ് നാട്യമെന്നതും രസംകൊണ്ടാണ് രാഗദ്വേഷികളായ വികാരങ്ങളും ചിത്തൈകാഗ്രതയോടുകൂടിയ അനുഭവ പ്രകാശനങ്ങളും എന്ന് സമർഥിക്കേണ്ടതില്ല. വികാരാദി സംക്രമണം തന്നെയാണ് രസബോധം. നാട്യശാസ്ത്രം ആറ്, ഏഴ് അധ്യായങ്ങളിലാണ് കാണുകയോ കേൾക്കുകയോ ഭവിപ്പിക്കുകയോ ചെയ്യുന്ന ആവിഷ്കാരങ്ങളെ സംബന്ധിച്ചുള്ള വിചാരങ്ങളുള്ളത്. 'വിഭാവാനുഭാവ വ്യഭിചാരിസംയോഗാത് രസനിഷ്പത്തി : എന്നാണ് ഭരതസൂത്രം. വിഭാവം, അനുഭാവം, വ്യഭിചാരി, സംയോഗം തുടങ്ങിയ സംജ്ഞകൾക്ക് വലിയ അർഥങ്ങളുണ്ട്. വിജ്ഞാനവും (വിഭാവം) അതിനുള്ള ചുറ്റുപാടുകളും (അനുഭാവം) വാചികാംഗികങ്ങളായ അവസ്ഥകളും (വ്യഭിചാരി) ചേർന്ന് രസംരൂപപ്പെടുത്തുമ്പോൾ ഏതൊരു സൃഷ്ടിയും ആസ്വാദ്യമായിത്തീരുന്നു. ശൃംഗാരം, ഹാസം, കരുണം, രൗദ്രം, വീരം, ഭയാനകം, ബീഭത്സം, അത്ഭുതം എന്നു എട്ടുരസങ്ങളാണ് ഭരതമുനി നാട്യശാസ്ത്രത്തിൽ വിവരിക്കുന്നത്. അഭിനവഗുപ്തൻ ശാന്തത്തെ ആത്മാവിലുള്ള അഭിരതിയായി പരികല്പിച്ചതോടെ ഒമ്പതാം രസവും പൂർത്തീകരിക്കപ്പെട്ടു. ധ്വന്യാലോകത്തിൽ ആനന്ദവർധൻ രസധ്വനിയ്ക്കു ഇടം നൽകിയതോടെ രസവും ധ്വനിയും സാഹിത്യവ്യവഹാരത്തിലെ കാലാതിവർത്തിയായ രണ്ടുസിദ്ധാന്തങ്ങളായി വ്യാഖ്യാനിക്കപ്പെട്ടു. ഭരതമുനിക്കും ഭട്ടനായകനും അഭിനവഗുപ്തനും ധനഞ്ജയനും ഉൾപ്പെടെയുള്ളവരുടെ വ്യാഖ്യാനങ്ങളിൽ, അസാധാരണമായോ അസംഭവ്യമായതോ ആയ കാര്യങ്ങൾ സാധാരണവും സംഭവ്യവും ആസ്വാദ്യവുമാകുന്നിടത്താണ് രസാസ്വാദനം പൂർണമാകുക. അരിസ്റ്റോട്ടിൽ (പോയറ്റിക്സ്) പാശ്ചാത്യ സാഹിത്യതത്വശാസ്ത്രത്തിനു നൽകിയ വിചാരങ്ങളിൽ കഥാർസിസും സാധാരണീകരണവുമുണ്ട്. ഭയകരുണങ്ങളിലൂടെ സഞ്ചരിച്ച് വികാരവിമലീകരണം സാധ്യമാകണമെന്ന ലക്ഷ്യത്തിന് ഇപ്പോഴും പ്രസക്തിയുണ്ട്. പാശ്ചാത്യ പൗരസ്ത്യ ആശയങ്ങളെല്ലാം, ഒരു കൃതി ആസ്വാദക പ്രീതി നേടണമെങ്കിൽ രസഭാവങ്ങൾക്കും വർണങ്ങൾക്കും വ്യക്തമായ സ്വാധീനങ്ങളുണ്ട് എന്നു സംശയരഹിതമായിത്തന്നെ സമർഥിച്ചിട്ടുണ്ട്. ചിത്തവൃത്തി വിശേഷങ്ങളെ മറ്റൊരാളുടെ ഹൃദയാഹ്ലാദങ്ങൾക്കു നിദാനമാക്കുമ്പോൾ ഏതൊരു കലാകാരനും രസാവബോധം നിർണായകമാണ്. ആസ്വാദ്യമായി അനുഭവിപ്പിക്കുന്നതാണ് രസം; രസംകൂടാതെ ഒരു വിഷയവും ഇല്ല. എഴുത്തുകാരന്റെ കാഴ്ചപ്പാടും ആസ്വാദകന്റെ അനുഭവാനുഭൂതികളും അന്വയിക്കുന്ന സ്വീകരണതന്ത്രമെന്ന നിലയിൽ രസാസ്വാദനത്തെ കാണണം. ക്ലാസിക്കൽ കൃതികളെപ്പോലെയോ ചിലപ്പോൾ അതിനേക്കാൾ ഉയർന്നോ നിൽക്കുന്നതാണ് നവീനസാഹിത്യസംവർഗങ്ങളിലെ രസസങ്കല്പനങ്ങളും.

സി.വി. ബാലകൃഷ്ണന്റെ 'നവ'കഥകളെ മുൻനിർത്തിയുള്ള ആലോചനയ്ക്ക് ഇങ്ങനെയൊരു അടിസ്ഥാനവിവരണം പ്രസക്തമാകുന്നത്, അദ്ദേഹത്തിന്റെ കഥനകലയ്ക്ക് പാരമ്പര്യത്തിന്റെയും കാവ്യമീമാംസയുടെയും വലിയ അടിത്തറയുണ്ടെന്ന തിരിച്ചറിവിലാണ്. ഏറ്റവും നവീനമായ ആഖ്യാനത്തിനു പിന്നിലും ജ്ഞാനത്തിന്റെയും സംസ്കൃതിയുടെയും വലിയ പിൻബലമുണ്ടാകുമ്പോഴാണ് അത് സമകാലികതയുടെ അതിരുകൾ വിട്ട് മുന്നോട്ടുചരിക്കുക. വിശാലമായ ജീവിതനിരീക്ഷണവും സൗന്ദര്യശിക്ഷണങ്ങളും ഭാവനാത്മക ചിത്രണങ്ങളും ശ്രദ്ധയോടെയുള്ള ഗൃഹപാഠവും സി.വി.ബാലകൃഷ്ണന്റെ കഥകൾക്ക് ഉദാത്തതയും വൈവിധ്യവും വിശേഷപ്പെട്ട കലാത്മകതയും നൽകുന്നു. 'രസപ്രാധാന്യേന' എന്ന ലീലാതിലകകാരന്റെ വാദമനുസരിച്ച് ഒരു കൃതി ഒരു രസത്തിലൂന്നി തന്നെ രചിക്കപ്പെട്ടതാകില്ല; പല രസം പ്രകടമാക്കുന്നതിൽ ഏതിനാണ് പ്രാധാന്യം കല്പിക്കപ്പെടുന്നതിനനുസരിച്ചാണ് രസം നിർണയിക്കുക. രസാനുഭവം പ്രത്യക്ഷജ്ഞാനരൂപമാണ്. സ്ഥായിഭാവങ്ങൾക്ക് എഴുത്തുകാരനിലെന്നതുപോലെ ആസ്വാദകന്റെ ഉള്ളിലാണ് ഉറവും ഉണർവും.

'കരിമ്പിൻ പാടത്തെ ചാറ്റൽ മഴയിൽ' യാതനാനിർഭരമായ ജീവിതം നയിച്ചിരുന്ന കപ്യാരുടെ മകനായ ഐവാന്റെയും കരിമ്പിൻപാടത്തുവെച്ച് പരിചയപ്പെട്ട സൂസൻ എന്ന പെൺകുട്ടിയുടെയും കഥയാണ്. കരിമ്പിൻപാടത്ത് ഒരു മഴക്കാലത്ത് കൂണുകൾ പറിക്കാനിറങ്ങിയ ഐവാൻ, അതേ കാര്യത്തിന് അവിടെയെത്തിയ സൂസനെ കാണുക മാത്രമല്ല, ഒരു വിസ്മയമുഹൂർത്തത്തിൽ അവളെ ചുംബിക്കുകയും ചെയ്യുന്നു. പാവാടത്തുമ്പിൽ മടക്കിപ്പിടിച്ചു ശേഖരിച്ചിരുന്ന കൂണുകളെല്ലാം നനഞ്ഞ മണ്ണിലേക്കു വീണു. വർഷങ്ങൾക്കുശേഷം നഗരത്തിൽ കടൽക്കരയിലെ ഒരു ബംഗ്ലാവിൽ അഞ്ചുസുഹൃത്തുക്കൾക്കൊപ്പം മദ്യപിച്ചുകൊണ്ടിരിക്കുന്ന ഐവാനെ കാണുമ്പോൾ, കാറ്റും കടലിരമ്പവും പശ്ചാത്തലമൊരുക്കുന്നു. മദ്യത്തോടൊപ്പം ആഘോഷത്തിമർപ്പിനു സ്ത്രീയും. അംഗസംഖ്യ കൂടിയതിനാൽ നറുക്കെടുപ്പുണ്ടാകുന്നു. 'എനിക്കുവേണ്ട' എന്നാവർത്തിച്ചുപറഞ്ഞെങ്കിലും ആദ്യം ഐവാനുതന്നെ മുറിക്കകത്തേക്കു പോകേണ്ടിവരുന്നു. സംശയചിത്തനായി നിന്ന അവനെ സുഹൃത്തുക്കൾ മുറിയിലേക്കു തള്ളിയിട്ടതാണ്. കടലിനഭിമുഖമായി ജനാലയ്ക്കരികിൽ നിശാവസ്ത്രം ധരിച്ചു നിൽക്കുന്ന യുവതിയെ കണ്ടപ്പോൾ അയാൾ ഉത്തേജിതനായി. മുഖാമുഖം വന്നപ്പോൾ സൂസൻ! 'ഇരുവരുടെയും ഓർമയിൽ വിദൂരമായ കരിമ്പിൻപാടത്ത് ചാറ്റൽമഴ പെയ്തു.' സുഹൃത്തുക്കളുടെ തിടുക്കങ്ങളും ആക്രോശങ്ങളും ഒളിഞ്ഞുനോട്ടവും കൊണ്ട് പിന്നീടുള്ള നിമിഷങ്ങൾ സംഭവബഹുലമാകുകയാണ്. അപ്പോഴും 'ഐവാൻ വികാരവായ്പോടെ സൂസനെ തന്നോടു ചേർത്തുപിടിച്ച് അവളുടെ ചുണ്ടുകളിൽ ചുംബിച്ചു.' കഥാന്ത്യമാകട്ടെ, 'കരിമ്പിൻപാടത്ത് ചാറ്റൽമഴ തുടർന്നു'

എന്ന വാക്യത്തിലാണ്. സ്നേഹം കൊണ്ടുമുറിവേറ്റവരാണ് ഐവാനും സൂസനും. ഈ കഥയിൽ ഭിന്ന വിചിത്രഭാവങ്ങൾ ഉയർന്നുവരുന്നെങ്കിലും ശൃംഗാരമാണ് തീവ്രാനുഭവമാക്കുന്നത്. രസരാജപദവിയിലുള്ള ശൃംഗാരം അടിസ്ഥാനമാക്കുന്നത് കാമമാണ്. രതിജന്യമായ ഏത് അവസ്ഥാന്തരങ്ങളും ഇതിൽപെടും. അന്യോന്യാസക്തരായവരിലുള്ള രതിവാഞ്ഛ, മറ്റൊരാളെ പറഞ്ഞറിയിക്കുവാനാവാത്ത വികാരവും അനുഭൂതിയുമാണ്. സംഭോഗവും വിപ്രലംഭവും ഒന്നിക്കുന്ന ശൃംഗാരമാണിത്. ഉദ്ദീപനം സൗന്ദര്യമോ സവിശേഷസാഹചര്യമോ ആകാം. കടാക്ഷവും മന്ദഹാസവുമൊക്കെ രത്യവബോധത്തിന്റെ പ്രതീതിസാക്ഷ്യങ്ങളാണ്. കാമത്തിന്റെ കരുത്തും കാന്തിയും കരിമ്പിൻപാടവും മഴയും കാറ്റും ഉൾപ്പെടുന്ന നിരവധി സൂചകങ്ങളിൽ കൊണ്ടുവരുന്നുണ്ട്. രസഗംഗാധരത്തിൽ, സ്ത്രീപുരുഷസംയോഗവികാരത്തെ രതിയെന്നും അതിലുൾച്ചേർന്ന രസം ശൃംഗാരമെന്നും പ്രസ്താവമുണ്ട്. കഥയുടെ പ്രാരംഭത്തിലുള്ള വികാരംമുറ്റിയ കൗമാര പ്രേമവും അവസാനഭാഗത്തെ കാമരൂപിയായ തീക്ഷ്ണഭാവവും ശൃംഗാരത്തെ സമുജ്ജ്വലമാക്കുന്നു. ലൈംഗികത കലാപരമാകുന്നത് ഭോഗതൃഷ്ണയ്ക്കപ്പുറമുള്ള ഉൽക്കടമായ കാമം കൊണ്ടാണ്. ജീവിതം എന്ന അനുഭവസ്ഥലിയിൽ വെച്ചാണ് പ്രണയത്തെയും രതിമോഹത്തെയും സംലയിപ്പിക്കുന്നത്. ശൃംഗാരാവിഷ്കാരത്തിൽ കഥാകൃത്തു പുലർത്തുന്ന നിയന്ത്രണം അസൂയാവഹമാണ്. (കാരണം, കാമന്റെ പ്രാദുർഭാവം ശൃംഗവും അതിന്റെ ഉല്പത്തിക്കു നിദാനമായ രസം ശൃംഗാരവുമാകുമ്പോൾ ആലംബനവും ആശ്രയവും ഉദ്ദീപനവും അനുഭാവങ്ങളുമെല്ലാം നിയന്ത്രിതമാക്കപ്പെട്ടില്ലെങ്കിൽ ആഭാസമായി മാറുന്നു.) സർഗപ്രതിഭയുടെ ഹർഷത്തെ മാനിക്കുമ്പോഴാണ് അവതരണത്തിലെ വൈവിധ്യം തിരിച്ചറിയുക. ഹാസ്യം/ ഹാസം വ്യത്യസ്തമായ രസമാണ്. തന്റേതെന്നും പരസ്ഥമെന്നും വ്യവഹരിക്കാവുന്ന ഹാസ്യമുഹൂർത്തങ്ങളുണ്ട്. ദൈനംദിന ജീവിതാനുഭവങ്ങളിലെ വൈരുധ്യങ്ങളും പൊരുത്തക്കേടുകളും ഏങ്കോളിപ്പുകളും മാത്രമല്ല, ചില തുറിച്ചുനോട്ടങ്ങളും വിചിത്രകല്പനകളും ഹാസത്തിനു നിദാനമാകുന്നു. ഹാസത്തിന്റെ പ്രഭാവം ഹൃദ്യമായ നറുചിരിയാണ്. നിർദോഷമാകാം, ഉപഹാസമാകാം, ആക്ഷേപഹാസ്യമാകാം- എന്നാൽ ഹാസ്യം ജീവിതത്തിന്റെ സാരവത്തായ മുഹൂർത്തമാണെന്നുതന്നെ കരുതണം. 'കോഴിയങ്കം' മുത്തുവിന്റെയും മായാണ്ടിയുടെയും കോഴികളുടെ അങ്കക്കഥയാണ്. പകയും കലിയും മനുഷ്യരിലും കോഴികളിലും ഒരുപോലെ നിറയുന്ന അനുഭവം. അക്രാമകസാഹചര്യമാണിത്. അങ്കക്കലിയെടുത്തു കോഴികളെപ്പോലെതന്നെ ഉടമസ്ഥരും. പോലീസുകാരായ അപ്പുണ്ണിനായരും രാമൻകുട്ടിയും അവിടെയെത്തിയപ്പോൾ ആളുകളുടെ നെട്ടോട്ടം. ഇരുവരും പിടിക്കപ്പെട്ടു; നിയമലംഘനത്തിനു ശിക്ഷയും. തൊണ്ടിമുതലോടെ

ഇരുവരെയും കൊണ്ടുള്ള നടത്തത്തിനിടയിൽ അവരുടെ കയ്യിലുള്ള സിഗരറ്റ് വാങ്ങിവലിച്ചും പോലീസുകാരുടെ നോട്ടവും.

ഒടുവിൽ –

മുത്തുവും മായാണ്ടിയും ആശ്വാസത്തോടെ നിന്നു. എന്നാൽ അല്പം കഴിഞ്ഞ് തിരിഞ്ഞുനടക്കുമ്പോൾ അവരുടെ മുഖങ്ങൾ മ്ലാനമായിരുന്നു. കൈകൾ ശൂന്യവും.

അപ്പുണ്ണിനായരും രാമൻകുട്ടിയും ഓരോ കോഴിയെ കൈയിൽ തൂക്കിപ്പിടിച്ച് സോത്സാഹം നടന്നു. വഴി കരിമ്പനകൾക്കിടയിലൂടെ നീണ്ടുപോയി. ഒരു കാറ്റുവീശി.

ഈ സന്ദർഭം ഉയർത്തുന്ന ഹാസ്യത്തിന് മറ്റൊരു മാനം കൈവരുന്നത് പിന്നീടാണ്.

അപ്പുണ്ണിനായരും രാമൻകുട്ടിയുമായി പുതിയ ഉടമസ്ഥർ. മറ്റൊരു കോഴിയങ്കം ആരംഭിക്കുകയായി. ഇരുവരും പോലീസുകാരല്ലാതായി മാറി.

കരിമ്പനച്ചുവട്ടിൽ അവർ അങ്കം കുറിച്ചു. പുതിയ ഉടമസ്ഥർക്കുവേണ്ടി കോഴികൾ ക്രോധാവിഷ്ടരായി. കരിമ്പനച്ചുവട്ടിലുയർന്ന ആരവത്തിൽ ആസ്വാദകരിൽ ഉയരുന്ന ഹാസത്തിന് വെളുപ്പിനൊപ്പം കറുപ്പും നിറഭേദമുണ്ട്. കോഴിയങ്കം നിയമവിരുദ്ധമായതിനാൽ, കാണികളെ മുഴുവൻ ആട്ടിയോടിച്ചുള്ള പോലീസുകാരുടെ കൃത്യനിർവഹണവും പിന്നെ സിഗരറ്റും കോഴികളും വാങ്ങി ചാർജുചെയ്യാതെ വിടുന്നതിലുമുയരുന്ന നർമത്തിന് ശുഭ്രാഭയുണ്ട്. അവിടെവച്ച് കഥ അവസാനിക്കുന്നില്ല. ഹാസത്തെ ഉത്തമമായും അധമമായും അവതരിപ്പിക്കാം. പഴത്തൊലി ചവിട്ടി വീഴുന്നതും പട്ടി ഓടിക്കുമ്പോൾ ചാണകക്കുഴിയിൽ വീഴുന്നതും ദുർബലമായ, അധമമായ ഹാസ്യബോധമാണ്. അവിടെനിന്നും മാറി ഉൽക്കൃഷ്ടമായ വികാരമായി ഹാസം മാറുന്നത് 'കോഴിയങ്ക'ത്തിലുണ്ട്; അതാണ് ഈ കഥയുടെ ശില്പഭംഗിയും ഭാഷാഘടനയും.

കരുണം അത്യന്തം സഹൃദയഹൃദയസ്പർശിയായ രസമാണ്. സ്ഥായിയായ ഭാവം ശോകമാണ്. കരുണത്തെ പ്രകൃതിരസമെന്ന് ഭവഭൂതി വിശേഷിപ്പിക്കുന്നുണ്ട്. ഇഷ്ടനാശത്തെയോ, അനിഷ്ടങ്ങളെയോ ഹൃദയത്തിനുണ്ടാകുന്ന ക്ഷോഭത്തെയോ ശോകം സാക്ഷ്യപ്പെടുത്തുന്നു. സാന്ദ്രമോ ഘനീഭൂതമോ ആയ അത്തരമവസ്ഥയുടെ ചിത്രണമാണ് കരുണത്തിന്റെ ആലേഖനങ്ങൾ. 'മക്കൾ' കരുണമൊരു രസം താൻ എന്ന് ഓർമിപ്പിക്കുന്ന വ്യത്യസ്തകഥയാണ്. റെയിൽവേ സ്റ്റേഷനിൽ അച്ഛനെകാത്ത് സഹോദരങ്ങളിരിക്കുന്നതും അച്ഛന്റെ വരവും കാർയാത്രയിലെ വിരസത ഉണ്ടാക്കുന്ന ഈർഷ്യയും അവജ്ഞയും പെരുമാറ്റത്തിലെ ക്രുദ്ധതയും ആദ്യഘട്ടത്തിൽ പാരുഷമായ അനുഭവം നൽകുന്നുവെങ്കിൽ പിന്നീട് കഥ മാറുകയാണ്. അമ്മ മരണപ്പെട്ടു. സ്കൂളിലേക്ക് നാട്ടിൽനിന്ന് ആളെത്തി, വീട്ടിലെത്തിയപ്പോഴേക്കും അമ്മയുടെ ചിത കത്തിയടങ്ങാറായിരിക്കുന്നു. 'അമ്മ

പോയി' എന്നസഹോദരന്റെ വാക്കുകളിൽ ആശ്രയമെല്ലാം നഷ്ടപ്പെട്ടിരിക്കുന്നു എന്ന സൂചനയുണ്ട്. അത്യന്തം സ്നേഹവാത്സല്യങ്ങളും കരുണാർദ്രമായ മുഹൂർത്തങ്ങളുമാണ് കഥയിൽ വന്നുചേരുന്നത്. കുട്ടികൾ ഉറങ്ങിയപ്പോൾ തീയാളുന്ന ഉടലുമായി അമ്മവരുന്നു. മുലപ്പാലിന്റെ മണം നിറഞ്ഞ മുറി.... പിന്നീട് അമ്മയെ അച്ഛൻ കൊന്നതാണ് എന്ന അറിവും. ദുഃഖസാന്ദ്രമാണ് 'മക്കൾ' എന്ന കഥ. ഒരു ഘട്ടത്തിൽ ജ്യേഷ്ഠന് പറയേണ്ടിവരുന്നു, നമ്മൾ രണ്ടുപേരും ചേർന്ന് അച്ഛനെ ഒരു ദിവസം....' അപ്പോഴാണ് മുറിയിൽ മൂന്നാമതൊരാൾ ഉണ്ടാകുന്നത്. വിതുമ്പലോടെ ആ ശബ്ദം : "അരുത്... മക്കളേ.... അരുത്.... അരുത്..." അത്യന്തം ശോകമൂകമായ അന്ത്യം മാത്രമല്ല, പശ്ചാത്തലവും ഈ കഥയ്ക്കുണ്ട്. കാത്തിരിപ്പിൽ ആരംഭിക്കുന്ന കഥയിൽ വ്യാപിച്ചുകിടക്കുന്ന വിഷാദത്തിന്റെ തവിട്ടുനിറവും മഴയുടെ ദുഃഖം പോലെ കനത്തഭാവവും അച്ഛന്റെ മൂകസാന്നിധ്യവും കരുണത്തെ രൂഢമാക്കുന്നു. അതേസമയം, അമ്മയുടെ നിശ്ശബ്ദനിലവിളിയും സാന്ത്വനവും ചേർന്ന് കരുണത്തെ വികാരവിമലീകരണത്തിന് പ്രാപ്തിയുണ്ടാക്കുന്നിടത്ത് രസാസ്വാദനത്തിന് ഉയർന്ന ഇടം ലഭ്യമാകുന്നു. കരുണം നൈരാശ്യത്തിന്റെ ഭാവപ്രകാശനമല്ല. അരിസ്റ്റോട്ടിലിന്റെ കഥാർസിസ് പോലെ വികാരവിരേചനദൗത്യം ഒരു കലാസൃഷ്ടിയെ ശ്രേഷ്ഠമാക്കുന്നു. 'മക്കൾ' സി.വി. കഥകളിൽ കരുണാർദ്രമാണെന്നു മാത്രമല്ല, ഒരു രസബോധത്തെ തികഞ്ഞ മാനുഷികവികാരമാക്കി മാറ്റുന്നതിന്റെ പ്രത്യക്ഷീകരണവുമാണ്.

ക്രോധത്തിന്റെ പ്രകർഷമാണ് രൗദ്രം. അന്യരുടെ അവിനയം, അവരാധം എന്നിവയാൽ ഉണ്ടാകുന്ന അവമാനം നിസ്സാരമല്ല. അമർഷം, മോഹം, മദം, ഉഗ്രത, ഗർവം, ആവേശം എന്നിങ്ങനെ ഒട്ടനവധി സഞ്ചാരി പ്രകൃതങ്ങൾ രൗദ്രത്തിലുണ്ട്. 'ഉറങ്ങാൻ വയ്യ' ഉജ്ജ്വലമായ പലഭാവങ്ങളുടെയും പ്രകാശനമായിരിക്കെ രൗദ്രത്തിന്റെ പ്രവാഹമാണ്. ഒരു വൃദ്ധനിൽ ഉറങ്ങിക്കിടക്കുന്ന ആസക്തിയുടെ അഗ്നിനാളങ്ങൾ പല വിതാനങ്ങളിൽ പുറത്തുവിടുകയാണ് കഥാകൃത്ത്. നാഗരികരെന്നു പറയാവുന്ന യുവതിയും യുവാവും അയാളുടെ വീട്ടിലെത്തുകയാണ്. അനാസക്തിയുടെ അടയാളമായി മാറിയ ഭാര്യയെ വിട്ട്, യുവകാമുകരുടെ കാമലീലകളിൽ ആകൃഷ്ടനായി- എന്നാൽ ശരീരമോ മനസ്സോ അനുവദിക്കാത്ത ഒരിടത്തേക്ക് അയാൾ പലായനം ചെയ്യുന്നു. അത് നായാട്ടാണ്. ഉറക്കം കെടുത്തുന്ന പക്ഷികളും യുവതിയും പരിസരത്തിന്റെ വന്യപ്രകൃതിയും അയാളിലുണർത്തുന്ന ക്രോധത്തിനും അതിന്റെ വിപുലമായ ഭാവരസങ്ങൾക്കും കണക്കില്ല. അയാളുടെ അന്തഃക്ഷോഭവും നീരസവും എരണ്ടകളെക്കുറിച്ചുള്ള സൂചനകളും സൃഷ്ടിക്കുന്ന നിഗൂഢമായ ആഖ്യാനതന്ത്രം കഥയുടെ പ്രമേയത്തെ ഗൗരവമയമാക്കുന്നതോടൊപ്പം മനോവികാരത്തിന്റെ ദുരൂഹതലങ്ങളാണ്. 'ഇരയറിയാതെ അതിനെ പിന്തുടരുന്ന

ഒരു വന്യമൃഗത്തിന്റെ കരുതലോടെ' വൃദ്ധന്റെ മനസ്സും ശരീരവും ഇങ്ങനെയാണ് മുന്നോട്ടു നീങ്ങുന്നത്. കാട്ടുപക്ഷികളുടെ ചിറകടികളും വെടിയേറ്റ എരണ്ടകളുടെ നിലവിളികളും നിറയുന്ന കഥാപരിസരം രൗദ്രനടനത്തിന്റെ ക്രോധാവേഗങ്ങൾ നിറഞ്ഞവയാണ്. മനുഷ്യമനസ്സിന്റെ വിഹ്വലതകൾ മാത്രമല്ല, ഇച്ഛാപൂർത്തീകരണത്തിലെ തടസ്സങ്ങളും ക്രോധഭാവങ്ങൾക്കു നിമിത്തമാകുമെന്ന് 'ഉറങ്ങാൻ വയ്യ' ഓർമപ്പെടുത്തുന്നു. കഥയുടെ പ്രമേയത്തിലൂന്നി മാത്രമുള്ള ചർച്ചയ്ക്കു പ്രസക്തിയില്ലെന്ന വിധം, അതിന്റെ പശ്ചാത്തലം ഗൗരവത്തോടെ നിരീക്ഷിക്കണമെന്ന സൂചനയാണ് 'ഉറങ്ങാൻ വയ്യ' യെ മികച്ച സർഗാത്മകരചനയാക്കുന്നത്. സി.വി. ബാലകൃഷ്ണന്റെ 'ആയുസ്സിന്റെ പുസ്തകം' എന്ന മാസ്റ്റർപീസ് നോവലിന്റെ അടിയാധാരം 'ഉറങ്ങാൻ വയ്യ' യിൽ കണ്ടെത്താം. ഭാഷയിലും ആഖ്യാനത്തിലും എഴുത്തുകാരന്റെ സൂക്ഷ്മശ്രദ്ധ ഇത്രത്തോളം പതിഞ്ഞിട്ടുള്ള കഥകൾ മലയാളഭാഷയിൽ അധികമൊന്നും ഉദാഹരിക്കാനില്ല.

'ചാവുകടലിന്റെ തീരത്തെ ഗുഹകളിൽ ചരിത്രപ്രധാനമായ തുകൽച്ചുരുളുകൾ കണ്ടെത്തിയതുപോലെ കുരിശുങ്കൽ ഔസേപ്പ് ഒരു ദിവസം ഉച്ചതിരിഞ്ഞനേരത്ത് തന്റെ വീടിന്റെ തട്ടിൻപുറത്തുനിന്ന് വളരെ യാദൃച്ഛികമായി ഒരു പഴയഗ്രന്ഥം കണ്ടെടുത്തു' എന്ന വാക്യത്തോടെ ആരംഭിക്കുന്ന 'ചുഴലിക്കാറ്റിന്റെ വരവ്' ശീർഷകം സൂചിപ്പിക്കുന്നതുപോലെ വീരോത്സാഹത്തിന്റെ ആഞ്ഞുവീശലാണ്. ആത്മാഭിമാനം എത്രത്തോളം ഉദാത്തതയിലേക്കുയരുമെന്നും വീരം ഉജ്ജ്വലരസമായി ആവിഷ്കരിക്കപ്പെടുമെന്നും ഈ കഥ വെളിപ്പെടുത്തുന്നു. മെഴുകുതിരി വെട്ടത്തിൽ കണ്ടുകിട്ടിയത് കുടുംബ ബൈബിളാണെന്നു മനസ്സിലാക്കിയപ്പോൾ, ഉൽപ്പത്തി പുസ്തകത്തിലെ ചില ഭാഗങ്ങൾ വായിച്ചുകൊണ്ടുതന്നെ താളുകൾ മറിച്ച് അവസാനമായപ്പോൾ വടിവുറ്റ കൈപ്പടയിൽ എഴുതിയ വാക്യങ്ങളിലെത്തി. ഓരോ വാക്കും ഉള്ളറിഞ്ഞു. വായിച്ചപ്പോൾ ഔസേപ്പിന്റെ 'വല്യപ്പൂപ്പനായ കുരിശുങ്കൽ ഇട്ട്യേര ഹൃദയപരമാർഥതയോടെ' കുറിച്ച കുടുംബവിവരങ്ങളാണതെന്നും തിരിച്ചറിഞ്ഞു. വായനയ്ക്കിടയിൽ ഒരു വാക്യം അയാളെ അമ്പരപ്പിക്കുകയോ വലിയ പ്രതിസന്ധിയിലാഴ്ത്തുകയോ ചെയ്തു. വീണ്ടും വായിച്ച് വ്യക്തത നേടി; 'കളപ്പുരയ്ക്കൽ ഈശോവർക്കിക്ക് എഴുപത്തഞ്ചുരൂപ എട്ടണ സഹായമായി നൽകി.' തങ്ങളുമായി നിതാന്ത ശത്രുത പുലർത്തുന്ന കളപ്പുരയ്ക്കൽ കുടുംബത്തിലെ ഒരാൾക്ക് അന്നത്തെക്കാലത്തെ വലിയൊരുതുക സഹായം നൽകിയത് ഔസേപ്പിനെ അത്ഭുതംകൊള്ളിച്ചു. വലിയ ഞെട്ടലോടെ തട്ടിൻപുറത്തുനിന്നുതന്നെ ഭാര്യയെ വിളിച്ചു. ഉച്ചമയക്കത്തിലാണ്ടിരുന്ന ശോശാമ്മ ചാടിയെണീറ്റു. താഴെയിറങ്ങിയ പാടെ ഗ്രന്ഥം ഭാര്യയ്ക്കു നൽകി ആ വാക്യം വായിക്കുവാൻ പറഞ്ഞു; ഫലമോ? അവൾ ആശ്ചര്യ

ചകിതയായി. ഔസേപ്പിന്റെ വീരം ശോശാമ്മയിലേക്കു പലഭാവങ്ങളിൽ പകർന്നപ്പോഴേക്കും മകൾ റീത്താമ്മയും അപൂർവരേഖയിലെ ചരിത്ര വാക്യത്തിനു സാക്ഷിയായി. കളപ്പുരയ്ക്കൽ അവിരാച്ചൻ എന്ന ധനാഢ്യനും കുടുംബവും 'വേറെയേതോ ലോകത്തു' നിന്നുള്ളവരായി അവരുടെ മുന്നിൽവന്നു; കുരിശിങ്കൽ കുടുംബത്തിന്റെ മുന്നില് ഒരു കാലത്ത് കൈനീട്ടിനിന്നവരാണ് അവരെന്നുള്ളത് ആ കുടുംബത്തിന്റെ ഉത്സാഹത്തിന് മാറ്റുകൂട്ടി. കള്ളവാറ്റുമായി നടക്കുന്ന അനുജൻ കുഞ്ഞൂഞ്ഞിന്റെ അടുത്ത് പ്രമാണഗ്രന്ഥവുമായി ഔസേപ്പ് എത്തി. വാറ്റിയ ചാരായം മോന്തിക്കൊണ്ട് ഇരുവരും കളപ്പുരയ്ക്കൽ കുടുംബത്തിന്റെ അളവറ്റസമ്പത്ത് തങ്ങളുടെ കുടുംബത്തിൽ നിന്നു ചോർന്നുപോയതാണെന്ന് ഉദാഹരണസഹിതം ചർച്ചചെയ്തു. അബ്കാരി കോൺട്രാക്ടറും ആഭരണക്കടയുടെ ഉടമയും ബാർ അറ്റാച്ച്ഡ് ഹോട്ടലും സിനിമാവിതരണക്കമ്പനിയുമൊക്കെ കുരിശിങ്കൽ കുടുംബത്തിൽ നിന്നും നഷ്ടപ്പെട്ടതു തന്നെയെന്ന തിരിച്ചറിവിനിടയിൽ 'അവിരാച്ചനെ അങ്ങനെവിട്ടാൽ പറ്റുകേല' എന്ന് കുഞ്ഞൂഞ്ഞിന്നൊരു വെളിപാട്. ഔസേപ്പിനു മറുത്തൊരു വിചാരമില്ല. ഇരുവരും കളപ്പുരയ്ക്കലേക്കു പുറപ്പെട്ടു.

"കുരിശിങ്കൽ കുടുംബത്തിലെ മരിച്ചുപോയവരത്രയും ദാ നമ്മുടെ പിന്നാലെയുണ്ട്!" കുടുംബ ബൈബിൾ വലതുകൈയിൽ മുറുകെപിടിച്ചു നടക്കുന്നതിനിടയിൽ ഇടതുകൈകൊണ്ട് പിറകോട്ട് ചൂണ്ടിക്കൊണ്ട് ഔസേപ്പു പറഞ്ഞു:

"എല്ലാവരും കൂടിയൊരു ചുഴലിക്കാറ്റുപോലെ അല്ലേ?" കുഞ്ഞൂഞ്ഞ് മുഴങ്ങുന്ന ശബ്ദത്തിൽ ചോദിച്ചു. ഈ ചുഴലിക്കാറ്റിന്റെ വരവാണ് അടഞ്ഞുകിടന്നിരുന്ന ഗെയ്റ്റ് തള്ളിത്തുറന്നതിലും വീടിനുനേരെയുള്ള കനത്ത കാൽവയ്പുകളിലുമുള്ളത്.

തട്ടിൻപുറത്തുനിന്നു കിട്ടിയ ഗ്രന്ഥം മെഴുകുതിരിവെട്ടത്തിൽ വായിക്കുന്നിടത്തുതന്നെ കഥ വീരത്തിന്റെ സ്വർണകാന്തി പടർത്തുന്നുണ്ട്. ആത്മബോധത്തിന്റെയും തറവാടിത്തഘോഷണത്തിന്റെയും പ്രചണ്ഡമാരുതൻ തന്നെയാണ് കഥയിലുടനീളം ചീറ്റിയടിക്കുന്നത്. ആദ്യവാക്യം തൊട്ടുയർന്നുയർന്നു പോകുന്ന ആഖ്യാനഗതി ഉദ്വേഗത്തോടെ 'പിന്നിലൊരു ചുഴലിക്കാറ്റിന്റെ ഇരമ്പലുയർന്നു' വിൽ അവസാനിക്കുമ്പോൾ ഒരു സ്ഫോടനത്തിന്റെ ശബ്ദായമാനത കഥ സൃഷ്ടിക്കുന്നുണ്ട്. വീരരസത്തിന്റെ സ്ഥായിഭാവം ഉത്സാഹമാണ്. ശൂരതയുടെ ചിഹ്നങ്ങൾ വാക്കുകളിൽ, പാത്രങ്ങളുടെ ആംഗ്യങ്ങളിലും ചേഷ്ടകളിലും തിളക്കത്തോടെ കഥയിൽ നിരന്നുകിടപ്പുണ്ട്. ധൃതി, മതി, ഗർവം, സ്മൃതി, തർക്കം തുടങ്ങിയ വ്യഭിചാരിഭാവങ്ങൾ ചുഴലിക്കാറ്റിന്റെ വരവിൽ കൃത്യമായ വിധം സമന്വയിക്കപ്പെട്ടിടത്താണ് കഥാകൃത്തിന്റെ രസാവബോധവും ഉയർന്ന ആഖ്യാനശേഷിയും അറിയുന്നത്. സാധാരണ വായനയിൽത്തന്നെ, വംശ

പ്പോരിമയുടെ സുന്ദരാവിഷ്കാരമായി ഈ കഥ നിൽക്കുന്നുണ്ട്. രസാസ്വാദനവുമായി ബന്ധപ്പെട്ട് വീണ്ടും കഥയിലേക്കു ചെല്ലുമ്പോൾ തുറന്നിടുന്ന ഭാവസ്വരൂപം, 'വീര'രസത്തിന്റെ അത്യപൂർവമാതൃകയായി പുതിയൊരു നാട്യശാസ്ത്രആട്ടപ്രകാരമായി നിൽക്കുന്നു.

തെളിവും പ്രസരിപ്പും ഒഴുക്കുമുള്ള, കൃത്രിമത്വമില്ലാത്ത പ്രസന്നഗംഭീരമായൊരു രചനയാണ് കാവ്യാദർശനചിന്തയിൽ ഈ കഥ. ധർമരക്ഷ, നീതിപാലനം, ജനസേവനം എന്നിവയെ മുൻനിർത്തി സ്വത്വബോധത്തിൽ ഉണ്ടാവുന്ന കർമോന്മുഖതയാണ് ഉത്സാഹമെന്നും അതിന്റെ പ്രകർഷമാണ് വീരം എന്ന രസമെന്നും പണ്ഡിതന്മാർ പലകാലങ്ങളായി നിരീക്ഷിച്ചിട്ടുണ്ട്. യുദ്ധവീരം, ദയാവീരം, ദാനവീരം, ധർമവീരം എന്നിങ്ങനെ വീരത്തിന് നാല് പ്രകാരഭേദങ്ങളുണ്ട്. ശത്രുവും ശത്രുവിന്റെ പോർവിളിയും ആശ്രിതത്വവും ദാനശീലവും ഹർഷധൈര്യക്ഷമാദികളും സത്യവീരം, കർമവീരം തുടങ്ങിയ അവസ്ഥാന്തരങ്ങളും ഭരതമുനിയും ഭവഭൂതിയും ഭോജനും ധനഞ്ജയനും ഉൾപ്പെടെയുള്ള ഭാരതീയ പണ്ഡിതന്മാർ വിലയിരുത്തിയിട്ടുണ്ട്. ആധുനികാനന്തരകാലത്തെ ഒരെഴുത്തുകാരൻ ഭാരതീയകാവ്യമീമാംസയിൽ ഇത്രകണ്ട് ബദ്ധശ്രദ്ധനാകുന്നത് വേറിട്ടൊരു അനുഭവമാണ്. ഭാഷയുടെയും കലാസാഹിത്യപാരമ്പര്യത്തിന്റെയും അറിവടയാളങ്ങളെയും പാണ്ഡിത്യത്തെയും ഇത്രകണ്ട് സ്വാംശീകരിച്ച എഴുത്തുകാരൻ ആധുനികാനന്തര കാലത്ത് വേറെയില്ലെന്നത് അത്യുക്തിയല്ല; പരിമിതമായ നിരീക്ഷണം മാത്രമാണ്. പലപ്പോഴും ഭാഷാവിന്യാസത്തിലും അർഥകല്പനകളുടെ യുക്തിയിലും നൈരന്തര്യത്തിലും സമകാലിക എഴുത്തുകാർ ധാരാളം പ്രശ്നങ്ങൾ നേരിടുന്നുണ്ട്. പാരമ്പര്യവും ആധുനികതയും പിന്നീടുള്ള ഭാഷാ സൗന്ദര്യവികാസങ്ങളും സി. വി. ബാലകൃഷ്ണൻ എന്ന എഴുത്തുകാരനോളം ഗഹനമായി ഗ്രഹിച്ച ഒരു എഴുത്തുകാരനെ മലയാളത്തിൽ കണ്ടെത്താനില്ലെന്നത് സത്യം മാത്രമാണ്.

അനിഷ്ടശങ്കയാലുണ്ടാകുന്ന ഒരു തരം ഹൃദയദൗർബല്യം ഭയത്തിനു വഴിയൊരുക്കും. ഭയാനകം എന്ന രസത്തിന്റെ ഉല്പത്തി ഭയത്തിൽ നിന്നാണ്. ഒഴിവാക്കപ്പെടലും ശൂന്യതയും മോഹവും മരണവും ആവേശങ്ങളും വ്യഭിചാരിഭാവങ്ങളായി നിൽക്കുന്നു. വൈവർണ്യം, സ്വരഭംഗം, പലായനം, മൂർച്ഛ തുടങ്ങിയ അനുഭാവങ്ങളും ത്രാസം, ദൈന്യം, ആവേശം എന്നിവ സഞ്ചാരിഭാവങ്ങളുമാണ്. 'ചിത്രശാല' ഭയാശങ്കകളുടെ സ്വപ്നഭൂമികയാണ്. ഇൻഷ്വറൻസ് കമ്പനി ഉദ്യോഗസ്ഥയും ചിത്രകാരിയുമായ ശശികലയും ഭർത്താവ് ബുക്സ്റ്റാൾ ഉടമ ബാലുവും രണ്ടുമക്കളും ചേർന്നുള്ള കുടുംബം ഒരു ഭാഗത്തും ശശികലയും മുൻഭർത്താവ് മാർട്ടിൻ ഫെർണാണ്ടസും ചേരുന്ന മറ്റൊരു ജീവിതലോകവും ഈ കഥയിലുണ്ട്. ദീപാങ്കുരന് അച്ഛൻ മാർട്ടിൻ ഫെർണാണ്ടസിനോട് ഒരു ആഭിമുഖ്യവുമി

ല്ല. മകനെ അച്ഛന്റെ അന്ത്യനിമിഷങ്ങളിൽ അടുത്തെത്തിക്കുവാനുള്ള അമ്മയുടെ ശ്രമം പരാജയപ്പെടുന്നുണ്ട്. സരളവും ചടുലവും അതേ സമയം ഭാവപ്രകാശനത്തിന്റെ വേറിട്ടമുഖവും കഥയിലുണ്ട്. ശശികല യുടെ ആന്തരികവൈരുധ്യങ്ങളെ വളരെ നിശിതമായ വാക്കും പ്രതീക ങ്ങളും ഉപയോഗിച്ചാണ് കഥാകൃത്ത് അവതരിപ്പിക്കുന്നത്. ദീപാങ്കുരനും ഇഷയും തമ്മിലുള്ള ബന്ധവും ശശികലയുടെ സുഹൃത്ത് സുചിത്രയും രേഖപ്പെടുത്തുന്ന വ്യക്തിബന്ധത്തിന്റെ നിഗൂഢതലങ്ങളും കഥയിൽ മറ്റൊരു ഭയാനകസ്വരമുയർത്തുന്നു. വാഹനത്തിൽ മാർട്ടിൻ ഫെർണാ ണ്ടസിനെ ഇരുത്തി ഹോസ്റ്റൽമുറിയിലെത്തിയ ശശികലയെ ദീപൻ അവ ഗണിക്കുകയാണ്. അവരുടെ മടക്കയാത്രയുടെ ചിത്രവും സങ്കീർണമാ ണ്. 'ഗോവണിയിറങ്ങവേ അതിന്റെ പരുപരുത്ത ഓരോ പടിയും തന്നെ കൊണ്ടുപോകുന്നത് അപരിചിതമായ വേറെ എവിടേക്കോ ആണെന്ന്, ഇരുട്ടും തണുപ്പും നിറഞ്ഞ നിരാലംബമായ ഒരു ഗർത്തം തന്നെ കാത്തി രിക്കുന്നുവെന്ന് ശശികല ഭയന്നു. മുമ്പൊന്നും നിലവിളി കേട്ടിട്ടില്ലാത്ത ഹോസ്റ്റൽ കെട്ടിടം ആദ്യത്തെ നിലവിളിക്കായി ചെവിയോർത്തു.'

ഭയാനകരസത്തിന്റെ ഭയരാശി കഥയിൽ പടർത്തുന്ന വ്യത്യസ്ത മനോ ഭാവങ്ങൾ ശ്രദ്ധേയമാണ്. ചിത്രകലയും സിനിമയും നാഗരികജീവിതമു ദ്രകളും തലമുറകളുടെ ജീവിതനിലപാടുകളും 'ചിത്രശാല' യിലെ വ്യത്യസ്ത പെയിന്റിങ്ങുകളാക്കുന്നു. ഒരു ആർട്ട് ഗാലറിയിലെ കാഴ്ച ക്കാരനായി വായനാസമൂഹം മാറുകയും വിവിധ പെയിന്റിങ്ങുകൾ നൽകുന്ന വരകളും വർണങ്ങളും തന്നെയാണ് ജീവിതത്തിനുമെന്നും കഥാകൃത്ത് സാക്ഷ്യപ്പെടുത്തുന്നു. ജീവിതത്തിന്റെ ഗതിവിഗതികളെ സമ ഗ്രമായി ഒരു ചെറുകഥയ്ക്കകത്തു കൊണ്ടുവരിക ദുഷ്കരമാണ്. 'ചിത്ര ശാല' ജീവിതത്തിന്റെ ഒരു പ്രദർശനശാലയായാണ് അനുഭവപ്പെടുക. വെറുപ്പ്, ക്രോധത്തിന്റെ ഒരു കനൽ, എഴുന്ന ഞരമ്പുകൾ തുടങ്ങിയ ബിംബ പ്രതീകങ്ങളെ മറന്നുപോവരുതല്ലോ. വാക്കുകളുടെ സ്വരൗചിത്യം മനസ്സിലാക്കിയ എഴുത്തുകാരൻ ആശയവിനിമയത്തേക്കാൾ ഭാഷാപര മായ ചാർച്ചയുണ്ടാക്കി സഹൃദയരിൽ ആകർഷണീയത സൃഷ്ടിക്കുവാൻ സദാ ശ്രമിക്കുമെന്നതിന് 'ചിത്രശാല'യുടെ ആഖ്യാനം ഉദാഹരണമാണ്.

ജുഗുപ്സ എന്ന വികാരത്തിന്റെ രസാവിഷ്കാരമാണ് ബീഭത്സം. ചേഷ്ടകളും ചില പെരുമാറ്റക്രമങ്ങളുമാണ് പ്രത്യക്ഷീകരണം. 'ദൈവം കെട്ട് മഹോത്സവം' എന്ന കഥ വായിക്കുമ്പോൾ ബീഭത്സത്തിന്റെ ബഹു യാനങ്ങളിലായിരിക്കും വായനക്കാർ. പട്ടണത്തിലെ ബാങ്കിൽ ഉദ്യോഗ സ്ഥനായ മകനെ ദേർമൻപണിക്കർ കാണാനെത്തുകയാണ്. ദേശത്തെ കാവിലെ കളിയാട്ടത്തിന് തീച്ചാമുണ്ഡി കെട്ടുവാൻ മകനെ ഏല്പിക്കു വാനാണ് പണിക്കരുടെ വരവ്. ജനകീയ പഴമകളോ നാട്ടറിവുകളോ തോറ്റംവരികളോ മറന്ന മകൻ, ഭാര്യയുടെയും അച്ഛന്റെയും നിർബന്ധ

ത്തിനു വഴങ്ങി കോലധാരിയാകുവാൻ തീരുമാനിച്ചു. തീവ്രമായ വ്രതചര്യ, രാത്രി തോറ്റംപാടിയും അനുഗ്രഹവാക്കുകളോതിയും ശിക്ഷണം പൂർത്തിയാക്കിയ ഭാസ്കരൻ കോലം ധരിയ്ക്കുവാൻ പൂർണമായും തയ്യാറെടുത്തു. കൃത്യമായ അനുഷ്ഠാനങ്ങൾ കഥാവിഷയത്തിലെന്നതുപോലെ ആഖ്യാനത്തിലും ഈ കഥയിൽ സജീവമായിത്തീരുന്നു. പുലർച്ചയ്ക്കു തീത്തെയ്യത്തിന്റെ പുറപ്പാട്. ഓലച്ചൂട്ടുവെളിച്ചത്തിൽ, ചെണ്ടയുടെ രൗദ്രതാളത്തിൽ അഗ്നിപ്രവേശം നൂറ്റൊന്നു തവണയും കഴിഞ്ഞ് ഭാസ്കരൻ ആവേശഭരിതനായി. മുടിയഴിച്ചുകഴിഞ്ഞാൽ ഭാസ്കരനായി മാറി, കുടുംബത്തോടൊപ്പം പട്ടണത്തിലെത്തി ബാങ്കിലെ ജോലിയും മറ്റുമായി പഴയജീവിതത്തിലേക്കു മടങ്ങാം. എന്നാൽ സംഭവിച്ചത് മറ്റൊന്നാണ്. തീത്തെയ്യത്തിന്റെ രൗദ്രവീരനടനങ്ങൾക്കുശേഷം ബീഭത്സം നിറഞ്ഞ കാഴ്ചയിലേക്കാണ് എല്ലാവരുമെത്തിയത്. 'തീച്ചാമുണ്ഡി കനലുകളിൽ അമർന്നു കിടന്നു.' എന്ന വാക്യത്തിലെത്തുമ്പോൾ കഥയിൽ ഉയരുന്ന വികാരം വെളിപ്പെടുത്താനാവാത്തത്രയും ആഴവും പരപ്പുമുള്ളതാകുന്നു. ഉത്തരകേരളത്തിലെ തെയ്യക്കാവുകളിലെ അനുഷ്ഠാനപരമായ ഒരു സന്ദർഭത്തെ കേവല മനുഷ്യന്റെയും ദിവ്യരൂപത്തിന്റെയും അംശമേകി വിചിത്രമായ രസാനുഭൂതിയാക്കുകയാണ് കഥാകൃത്ത്. ഭയഭക്തി ബഹുമാനങ്ങൾ നിറഞ്ഞ പൗരാണികചേതനയുടെ കാഴ്ചപ്പാടുകളിൽനിന്ന് കാലവും ജീവിതവും ഏറെ മാറിയിരിക്കുന്നു. പുതിയ അനുഷ്ഠാനങ്ങളും പുതിയ ദൈവശാസ്ത്രങ്ങളും സംജാതമായിരിക്കുന്നു. യാഥാർഥ്യങ്ങളെ കഥയിൽ ഭാവനാത്മകമുഹൂർത്തങ്ങളായി ആവിഷ്കരിച്ചിരിക്കുന്നതിലാണ് കഥാകൃത്തിന്റെ നൈപുണ്യം തരിച്ചറിയുക.

ലോകോത്തരമോ അസാധാരണമോ ആയ വസ്തുക്കളുടെ ദർശനശ്രവണാദികളാൽ മനസ്സിലുണ്ടാവുന്ന വിസ്മയജന്യമായ ഏതൊരനുഭവത്തെയും അത്ഭുതമെന്നു പറയാം. മൂക്കത്തു വിരൽവെക്കുക, കണ്ണു തുറിക്കുക, സ്വരഭംഗം, സ്തംഭം, രോമാഞ്ചം ഉൾപ്പെടെയുള്ള അനുഭാവങ്ങളും ഭ്രാന്ത്, ഹർഷം, ആവേശം തുടങ്ങിയ സഞ്ചാരിഭാവങ്ങളും ചേർന്നാണ് അത്ഭുതം രൂപപ്പെടുന്നത്. ഗൃഹാതുരസ്മൃതിയുണർത്തുന്ന ഹൃദ്യമായ കഥാനുഭവമാണ് 'കുളിര്.' മൂത്തമ്മയും കൊച്ചുമകനും തെയ്യം കാണുവാൻ മാഹിയിൽ നിന്നും ഗ്രാമത്തിലെത്തുന്നതും നാട്ടുവിശേഷങ്ങളിൽ മുഴുകുന്നതും പരദേവതയുടെ തോറ്റം ഉറഞ്ഞപ്പോഴും ചെണ്ടമേളം മുറുകിയപ്പോഴും കാവിൽപ്പോകാതെ വീട്ടിൽത്തന്നെ ഉറങ്ങാൻ കിടക്കുന്നതുമായ ആഖ്യാനത്തിൽ ജീവിതത്തിന്റെ സമസ്തരസങ്ങളിലൂടെ സഞ്ചരിച്ച് അത്ഭുതത്തിൽ വിലയിക്കുന്ന അനുഭവമുണ്ട്.

'മറ്റുള്ളവരെല്ലാം തെയ്യത്തിനു പോയപ്പോൾ
മൂത്തമ്മ കുഞ്ഞിനെ ചേർത്തുപിടിച്ചു കിടന്നു.
നല്ല കുളിര് മൂത്തമ്മ ഉറങ്ങി'

കഥാന്ത്യത്തിലെത്തുമ്പോൾ അത്ഭുതം നിറഞ്ഞുനിൽക്കുന്ന കാഴ്ചയാണ് കഥാകൃത്ത് സൃഷ്ടിച്ചിട്ടുള്ളത്. തന്റെമാത്രം അനുഭവപരിസരത്തിൽ നിന്നും രൂപപ്പെട്ട ജീവിതദർശനമാണ് മൂത്തമ്മയുടേത്.

ഒരു നാട്ടുമ്പുറത്തുകാരിയുടെ ആത്മകഥ, നിഷ്കളങ്കമായ ഒരു ജനത, ചേതോഹരമായ ഗ്രാമക്കാഴ്ചകൾ, ഒപ്പം പ്രാദേശികസ്വത്വത്തെ വീണ്ടെടുത്തും കുളിര് ആകർഷണീയമാണ്. മൂത്തമ്മയെ സംബന്ധിച്ചിടത്തോളം ഗ്രാമവും ആളുകളും ചുറ്റുപാടുകളിലെ ചെറിയ ചെറിയ കാഴ്ചകളും (വെയിലത്തു കിടക്ക നിവർത്തിയിടുന്ന ഉമ്മ ഗർഭിണിയാണെന്ന കണ്ടെത്തൽ....) വീരതയാർന്നതാണ്. വീരത്തിൽനിന്ന് അത്ഭുതം എന്നൊരു ജനകജന്യബന്ധം ഭരതന്റെ മൗലികരസവിചിന്തനത്തിലുണ്ട്. ചിത്തവൃത്തിക്കനുസരിച്ച് ആസ്വാദനത്തിൽ ഗണ്യമായ വ്യതിചലനമുണ്ടാകാം.

'ഉൾത്തളങ്ങൾ' പുതുതലമുറയുടെ സ്വത്വപ്രതിസന്ധികളും ഗാർഹിക-ദാമ്പത്യബന്ധങ്ങളുടെ സങ്കീർണതകളും പ്രവചനബോധത്തോടെ രചിക്കപ്പെട്ട കഥയാണ്. രണ്ടു ദശകം മുമ്പ്, ഈ കഥ പ്രസിദ്ധീകരിച്ചുവന്ന കാലത്ത് വിവരസാങ്കേതിക വിദ്യയുടെയും ടെക്നോ പാർക്കുകളുടെയും ഇലക്ട്രോണിക് സിറ്റികളുടെയും ഗംഭീരത്തുടക്കങ്ങളായിരുന്നു. വലിയ കുതിച്ചുകയറ്റങ്ങളുണ്ടായെങ്കിലും സാങ്കേതികമേഖല യാന്ത്രികസംസ്കൃതിയെ സൃഷ്ടിച്ചതുപോലെ അവിടങ്ങളിൽ ജോലിചെയ്യുന്നവരുടെ ജീവിതവും യാന്ത്രികമോ തീർത്തും ഔപചാരികമോ ആയിമാറിയിട്ടുണ്ട്. ഇത്തരം സ്ഥാപനങ്ങളിലെ വ്യക്തിബന്ധങ്ങളും സ്ത്രീപുരുഷ പ്രണയ-ദാമ്പത്യബന്ധങ്ങളും പഠനങ്ങൾക്കു വിധേയമായിട്ടുണ്ട്. ക്ഷണികവും വിരസവും വികാരശൂന്യവുമാണ് ഒട്ടുമിക്കബന്ധങ്ങളും. പ്രതീതി യാഥാർഥ്യങ്ങളിൽ പകൽമുഴുവൻ അഭിരമിക്കുന്ന ഹർഷവർധനന് അശ്വിനിയെ വിവാഹം ചെയ്യുന്നതും ഒട്ടും സുഖകരമല്ലാത്ത അവരുടെ ബന്ധങ്ങളും കഥയ്ക്കകത്തുണ്ടാക്കുന്ന വിരസത ഒരു കലാതന്ത്രമായി വരുന്നുണ്ട്. അമ്മയുടെ മരണശേഷം ഒറ്റപ്പെട്ട തുരുത്തായി ഹർഷവർധനൻ മാറുകയാണ്. തന്നെക്കൊണ്ടോ മക്കളെക്കൊണ്ടോ അയാൾക്കു ശല്യമുണ്ടാകരുതെന്നു ശഠിച്ചാണ് അശ്വിനിയുടെ ഇടപെടലുകളെല്ലാം. വീടും പരിസരവും കുട്ടികളും നിറഞ്ഞ സ്വച്ഛ ശാന്തപ്രകൃതിയിൽ അവൾ ജീവിതം നിറയ്ക്കുകയാണ്. ഓഫീസുവിട്ടാൽ വീട്ടിലെത്തി തന്റെ മുറിയിൽ തടവുകാരനെപ്പോലെ കഴിയുന്ന ഹർഷവർധനനിൽ പെട്ടെന്നുണ്ടാകുന്ന മാറ്റം അത്യപൂർവമായ പരിണാമമാണ് കഥയ്ക്കുണ്ടാക്കുന്നത്. മാംസനിബദ്ധമായ, ഒരുതരം യാന്ത്രികലൈംഗികതയാണ് ഹർഷവർധനനിലുള്ളതെന്നറിയുന്ന അശ്വിനി ഒരു നിശ്ശബ്ദ അതിജീവനമെന്ന മട്ടിലാണ് പ്രകൃതിയെ പരിചരിക്കുന്നത്. അമരവള്ളി പടർന്ന പരിസരം, കടുംപച്ച ഇലകളും പൂക്കളും കായ്കളും നിറഞ്ഞലോകം അവളുടെ സ്വാസ്ഥ്യമാണ്. പെട്ടെന്നൊരുദിവസം, ഹർഷവർധനന്റെ ശ്രദ്ധയിൽ അമരവള്ളികൾ വരി

കയാണ്. അതുവരെയും കാണാത്ത മുഖഭാവമായിരുന്നു അയാൾക്ക്. ശാന്തസ്വരൂപിയായ മനുഷ്യൻ! സാങ്കേതികകാര്യങ്ങളിലെ യാന്ത്രികത വിട്ട് പ്രകൃതിയുടെയും മാനുഷികതയുടെയും പച്ചപ്പിലേക്ക് ഇറങ്ങിവരുന്ന അനുഭവം ഇവിടെയുണ്ട്. ഭാഷകൊണ്ടും ആഖ്യാനവൈദഗ്ധ്യം കൊണ്ടും മികച്ചുനിൽക്കുന്ന ഈ കഥ ശാന്തരസത്തിന്റെ സൂക്ഷ്മവിന്യാസം തന്നെയാണ്. ('ശാന്തഃ ശമസ്ഥായിഭാവ ഉത്തമപ്രകൃതിർമത:' എന്നു സാഹിത്യദർപ്പണത്തിൽ വിശ്വനാഥൻ) താത്വികവിചാരങ്ങൾ മനസിനുശാന്തി പകരുവാൻ പര്യാപ്തമാകുന്നത് വർണ്ണനയിലെ ഹൃദ്യത കൊണ്ടായിരിക്കും. പരമപുരുഷാർഥമായ മോക്ഷത്തിന് സാധകമാകയാൽ സമസ്തരസങ്ങളുടെയും മൂർധന്യമാണ് ശാന്തമെന്ന് ആനന്ദവർധനനും പറഞ്ഞിട്ടുണ്ട്. ആധുനിക ജീവിതത്തിൽ മോക്ഷം എന്നത് സ്വസ്ഥവും ആനന്ദകരവുമായ അനുഭവങ്ങളും ചുറ്റുപാടുകളുമാണ്. ഇവിടെയാണ് 'ഉൾത്തളങ്ങൾ' തിളങ്ങി നിൽക്കുന്നത്.

മനുഷ്യാവസ്ഥയുടെ നാനാതരം രസാനുഭൂതികളും വർണവൈവിധ്യവും കൊണ്ട് ഈ കഥാപുസ്തകം സി.വി. ബാലകൃഷ്ണന്റെ വിപുലമായ കഥാപ്രപഞ്ചത്തിന്റെ സംക്ഷിപ്തമാണ്. വർണം ഭരതമുനി രസങ്ങൾക്കുനൽകിയ അടയാളമാണ്. (ശൃംഗാരം- ശ്യാമം/പച്ച, ഹാസ്യം- വെളുപ്പ്, കരുണം- കപോതനിറം, രൗദ്രം- രക്തം, വീരം- ഗൗരം, ഭയാനകം- കറുപ്പ്, ബീഭത്സം- നീല, അത്ഭുതം-പീതം പിന്നീട് ശാന്തത്തിന് സ്വച്ഛനിറം, ശമവും കല്പിക്കപ്പെട്ടിട്ടുണ്ട്.) ഈ കഥകളിൽ ബോധപൂർവമല്ലെങ്കിലും രസവർണങ്ങൾ തെളിഞ്ഞുവരുന്നത് വിചിത്രാനുഭവമാണ്. പ്രമേയം, ഭാഷ, രചനാതന്ത്രം, ശില്പഭദ്രത, ഉദാത്തമായ ദാർശനികത, മാനുഷികതയുടെ സ്പഷ്ടീകരണം എന്നിങ്ങനെ വേറിട്ടു രേഖപ്പെടുത്താവുന്ന ധാരാളം അടരുകളുള്ള സൗന്ദര്യാത്മക കൃതി എന്ന നിലയിലും നവരസകഥകൾക്ക് പുതുമയും പ്രസക്തിയുമുണ്ട്. ചുരുക്കത്തിൽ, ഈ കഥകളെല്ലാം ആസ്വാദകരെ തീവ്രാനുഭൂതിയുടെ ഉത്തുംഗശൃംഗത്തിലേക്കുയർത്തിവിടുന്നവയാണ്.

കരിമ്പിൻ പാടത്തെ ചാറ്റൽമഴയിൽ

യാതനാനിർഭരമായ ജീവിതം നയിച്ചിരുന്ന ഒരു കപ്യാരുടെ മകനായി ഐവാൻ പിറന്നു. അപ്പനെന്നാൽ ഐവാന് മണിമുഴക്കങ്ങളായിരുന്നു. പള്ളിമണി മുഴക്കുന്നത് തന്റെ അപ്പനാണെന്നു ഗ്രഹിച്ച അന്നുതൊട്ട് പള്ളിമണിയുടെ ശബ്ദം കാതിൽ വന്നുവീഴുമ്പോഴൊക്കെയും അവൻ മുഖമുയർത്തിപ്പിടിച്ച് അകലേക്ക് ചെവിയോർക്കും. അതവന്റെ ഒരു ശീലമായിരുന്നു. അല്പംകൂടി മുതിർന്ന് കുർബാനയ്ക്ക്പോയിത്തുടങ്ങിയപ്പോൾ അൾത്താരബാലകരിൽ ഒരുവനാകാൻ അവനാഗ്രഹിച്ചു. പ്രയാസമേതുംകൂടാതെ അവന്റെ ആഗ്രഹം നിറവേറി. കുർബാനകൾ, സൺഡേ സ്കൂൾ, മരണാനന്തരച്ചടങ്ങുകൾ, വിശേഷാൽ കുർബാനകൾ എന്നിങ്ങനെ ബാല്യദിനങ്ങൾ കടന്നുപോയി.

അതിനിടയിൽ കരിമ്പിൻപാടത്തുവെച്ച് സൂസൻ എന്നൊരു പെൺകുട്ടിയുമായുള്ള പരിചയപ്പെടൽ. ഇരുവരും ഒരു മഴക്കാലത്ത് കൂണുകളന്വേഷിച്ച് ഇറങ്ങിയതായിരുന്നു. ചാറ്റൽ മഴ. കരിമ്പുകൾക്കിടയിലായി അവർ കണ്ടുമുട്ടി. പാവാടയുടെ തുമ്പു മടക്കിപ്പിടിച്ച് അതിലായിരുന്നു സൂസൻ കൂണുകൾ പറിച്ചിട്ടത്. അധികമൊന്നുമില്ല.

“ഒരുപാട് കിട്ടിയോ?”

“ദാ. നോക്ക്.”

മൂർച്ചയുള്ള കരിമ്പോലകൾ അവരുടെ ദേഹങ്ങളിൽ ഉരസി. അവർ കൂണുകൾക്കായി അങ്ങുമിങ്ങും കണ്ണോടിച്ചുകൊണ്ട് നടന്നു. കൂണുകളൊന്നും ദൃഷ്ടിയിൽ പെട്ടില്ല. ഐവാൻ നിരാശനായി.

“ഞാൻ പോവുകാ.”

"മടുത്തോ?"

സൂസൻ ഐവാനെ നോക്കി ചിരിച്ചു. അവളുടെ പല്ലുകൾ വെടിപ്പുള്ളവയായിരുന്നു. ഇളംചുവപ്പു നിറമായ ചുണ്ടുകൾ. ഐവാൻ അബോധമായൊരു പ്രേരണയിൽ തന്റെ മുഖം അവളുടെ മുഖത്തിനടുത്തേയ്ക്കു നീട്ടി. അവൾ ഭാവം പകർന്ന് അവനെ ഉറ്റുനോക്കി. കരിമ്പോലകൾക്കിടയിൽ മഴത്തുള്ളികൾ ഊർന്നുവീണുകൊണ്ടിരുന്നു.

പാവാടത്തുമ്പ് ഉയർത്തിപ്പിടിച്ചിരുന്ന സൂസന്റെ കൈ ഒരു വിസ്മയത്തിൽ ഉയർന്നതും അവൾ പറിച്ചിട്ടിരുന്ന കൂണുകൾ നനഞ്ഞ മണ്ണിലേയ്ക്ക് വീണതും ഒപ്പം കഴിഞ്ഞു. ഐവാൻ അവളെ ചുംബിക്കുകയായിരുന്നു.

ഏതാനും വർഷങ്ങൾക്കുശേഷം ഐവാൻ ഒരു നഗരത്തിൽ. കടൽക്കരയിലുള്ള ഒരു ബംഗ്ലാവ്. രാത്രി. അഞ്ചുസുഹൃത്തുക്കൾ. മദ്യം. കടലിന്റെ ഇരമ്പം. കാറ്റ്.

ചാൾസ് പ്രഖ്യാപിച്ചു. "നമ്മൾ നറുക്കിടുന്നു."

നറുക്കിടാമെന്ന് ചാൾസ് ആദ്യം നിർദേശിച്ചപ്പോൾ ഐവാൻ പ്രസ്തുത നിർദേശത്തോട് യോജിക്കുകയുണ്ടായില്ല. എന്നാൽ അവനുമാത്രമായി ഒരു തീരുമാനമില്ലെന്നും സംഘത്തിന്റെ പൊതുതീരുമാനം അനുസരിക്കാൻ അവൻ ബാധ്യസ്ഥനാണെന്നും ചാൾസ് നിർബന്ധബുദ്ധ്യാ പറഞ്ഞു. ഐവാൻ ജാലകത്തിനരികെ ഇരുണ്ട് ഒച്ചവെയ്ക്കുന്ന കടലിനെ നോക്കിയിരുന്നു. തൊട്ടടുത്തായി നീഗ്രോ റം.

ചാൾസ് തന്നെ നറുക്കുകൾ തയ്യാറാക്കി. അവ ഒരു തകരപ്പാത്രത്തിലിട്ട് അതിന്റെ വായ കൈത്തലംകൊണ്ടു മൂടി പലവട്ടം കുലുക്കിയശേഷം അവൻ നേരെ ഐവാന്റെ അടുത്തേയ്ക്കുചെന്നു.

"എനിക്കു വേണ്ട". ഐവാൻ കടലിൽനിന്നു ദൃഷ്ടിമാറ്റാതെ പറഞ്ഞു.

"നിനക്കെന്തുപറ്റി?" പീതാംബരൻ ചോദിച്ചു. അവൻ മദ്യപിക്കുന്നതിന്റെ കൂടെ നിർത്താതെ പുകവലിക്കുന്നുമുണ്ടായിരുന്നു.

"ശരി. നിനക്കുവേണ്ടി ഞാനെടുക്കുകയാണ്." ചാൾസ് തകരപ്പാത്രത്തിൽ കൈയിട്ട് കണ്ണുകൾ ഇറുകെ ചിമ്മി ഒരു നറുക്കെടുത്ത് ഐവാനുനീട്ടി. ഐവാൻ നീരസത്തോടെ അതു വാങ്ങി തുറന്നു നോക്കാതെ ജനലിലൂടെ പുറത്തേയ്ക്കെറിഞ്ഞു.

"നിന്റെ നറുക്കെത്രയാണെന്നറിയാൻ ഞങ്ങളൊക്കെ എടുത്തുനോക്കിയാൽ മതിയല്ലോ." ബലവാൻ പറഞ്ഞു.

ഐവാന്റെ നറുക്ക് ഒന്നാമത്തേതായിരുന്നുവെന്ന് ഏറെ വൈകാതെ

വെളിപ്പെട്ടു. മുറി ശബ്ദമുഖരിതമായി. മൻസൂർ ഐവാന്റെ ഗ്ലാസ്സിലേയ്ക്ക് റം പകർന്നു. ഒട്ടൊരു നിസ്സംഗതയോടെ ഐവാൻ ഗ്ലാസ്സുയർത്തി. ഒപ്പം ആരവവും ഉയർന്നു.

"ഇനി വൈകിക്കേണ്ട." ബെന്നി പറഞ്ഞു.

"ശരിയാണ്." ചാൾസ് ഐവാന്റെ ചുമലിൽ തട്ടി.

ഐവാന് എഴുന്നേൽക്കുകയല്ലാതെ ഗത്യന്തരമില്ലെന്നായി. അവൻ ചാൾസിനോടും ബലവാനോടുമൊന്നിച്ചു മുറിയിൽനിന്നും പുറത്തുകടന്നു. കൈവരിയിൽ കൊത്തുപണികളുള്ള ഗോവണി കയറി ഒന്നാം നിലയിലെത്തി.

വിക്ടോറിയ രാജ്ഞിയുടെ കാലത്ത് പണികഴിപ്പിക്കപ്പെട്ട ബംഗ്ലാവാണ്. രാജ്ഞിയെ പ്രതിനിധീകരിച്ചു വന്ന പല ബ്രിട്ടീഷ് ഉദ്യോഗസ്ഥന്മാരും ബംഗ്ലാവിൽ പാർത്തിട്ടുണ്ട്. കടൽക്കാറ്റുകളെത്രയോ ഇതിനെ കടന്നു പോയി. പടിഞ്ഞാറ് കടലിനോട് ചേർന്ന് കറുത്ത പാറകളാണ്. അവയ്ക്കപ്പുറം കടലിൽ ഉയർന്നുനിൽക്കുന്ന പാറകൾ മിക്കവയും വേലിയേറ്റത്തിൽ അപ്രത്യക്ഷമാകും.

"ദാ, മുറിയിലേയ്ക്ക് പൊയ്ക്കോളൂ. ഞങ്ങൾ താഴെയുണ്ടെന്ന് ഓർമ വേണം." ബലവാൻ പറഞ്ഞു.

"ഓൾ ദ ബെസ്റ്റ്." ചാൾസ് ആശംസ നേർന്നു.

ഐവാൻ അവരുടെ വാക്കുകൾ കേൾക്കാത്ത മട്ടിൽ സംശയചിത്തനായി നിന്നു. ചാൾസ് അവനെ മുറിയിലേയ്ക്കു തള്ളി വാതിൽപ്പാളികൾ ചേർത്തടച്ച് പുറത്തുനിന്ന് തഴുതിട്ടു. പിന്നെ പൊട്ടിച്ചിരിച്ചുകൊണ്ട് ബലവാന്റെ ചുമലിൽ കൈവച്ച് നീണ്ട വരാന്തയിലൂടെ ഗോവണിയുടെ നേർക്ക് നടന്നു.

പടിഞ്ഞാറേ ജനലിനടുത്തായി വെളുത്ത നിശാവസ്ത്രം ധരിച്ചു നിൽക്കുന്ന യുവതിയെ ഐവാൻ കണ്ടു. അവൾ മുടി അഴിച്ചിട്ടിരുന്നു. നിശാവസ്ത്രത്തിലൂടെ അവളുടെ ഉടൽ ഏറെക്കുറെ തെളിഞ്ഞു കാണാമായിരുന്നു. അങ്ങനെ കുറച്ചുനേരം അവളെ നോക്കിനിന്നപ്പോൾ ഐവാൻ ഉത്തേജിതനായി. ഞരമ്പുകളിലൂടെ രക്തം കുതികൊള്ളുന്നത് അവന് അനുഭവപ്പെട്ടു. തന്റെ ഉടുപ്പിന്റെ ബട്ടണുകൾ ഊരിമാറ്റിക്കൊണ്ട് അവൻ അവളുടെ നേർക്കുനടന്നു. മുറിയിൽ മധ്യത്തിൽ എത്തിയപ്പോൾ ഉടുപ്പ് ദിശനോക്കാതെ കട്ടിലിലേയ്ക്കെറിഞ്ഞു. അതോടെ അവന്റെ ശരീരം പാതി നഗ്നമായി. തെല്ലിടപോലും നിൽക്കാതെ അവൻ മുന്നോട്ടുപോയി അവളുടെ സമീപത്തെത്തി. അവൾ അനങ്ങിയില്ല. അവൻ കൈനീട്ടി അവളുടെ ചുമലിൽ സ്പർശി

ച്ചു. അവൾ തിരിഞ്ഞുനിന്നു. അടുത്ത ക്ഷണത്തിൽ ഇരുവരും അന്ധാളിച്ചുപോയി.

"സൂസൻ"

"ഐവാൻ!"

ഇരുവരുടേയും ഓർമയിൽ വിദൂരമായ കരിമ്പിൻപാടത്ത് ചാറ്റൽമഴ പെയ്തു. ഇരുവരും ദുഃഖാകുലരായി. കടൽത്തിരകൾ വലിയ മുഴക്കത്തോടെ പാറകളിൽ വന്നലച്ചുകൊണ്ടിരുന്നു.

താഴെ പഴയകാല സത്രത്തെ അനുസ്മരിപ്പിക്കുന്ന വിശാലമായ മുറിയിൽ വീപ്പകൾക്കും ഭരണികൾക്കുമിടയിലിരുന്ന് ചാൾസും സ്നേഹിതരും രാത്രിവിരുന്ന് തുടർന്നു. നിലവറയിൽ സൂക്ഷിച്ചിരുന്ന മദ്യം പഴയതും തന്നിമിത്തം വീര്യമേറിയതുമായിരുന്നു. ആഹാരപദാർഥങ്ങളായി പലപല പാത്രങ്ങളിൽ കടൽമത്സ്യങ്ങൾ. ഞണ്ടുകൾ. കൊഞ്ച്.

"ഐവാന്റെ കാര്യത്തിൽ വിട്ടുവീഴ്ചയാവാമെങ്കിലും നമ്മളൊക്കെ സമയക്ലിപ്തത പാലിക്കേണ്ടതുണ്ട്." പീതാംബരൻ ചൂണ്ടിക്കാട്ടി.

ബലവാൻ ചൂരലിന്റെ ഉയർന്നൊരു ഇരിപ്പിടത്തിലിരുന്ന് ശിരസ്സനക്കി.

ബെന്നി രണ്ടാമത്തെ നറുക്ക് താനാണ് നേടിയെന്നതിനാൽ ഒട്ട് അക്ഷമനായി. മൻസൂർ അവനെ പരിഹസിച്ചുകൊണ്ടെന്തോ പറഞ്ഞു. മൻസൂറിന് മൂന്നാമത്തെ നറുക്കാണ് കിട്ടിയത്. ബലവാന് നാല്. ചാൾസിന് ഏറ്റവും ഒടുവിലത്തേത്. ഒരു ഹതഭാഗ്യനാണ് താനെന്ന് ഭാവിച്ചുകൊണ്ട് അവൻ തന്റെ ഗ്ലാസ്സിലുണ്ടായിരുന്ന റം മുഴുവനും ഒറ്റവലിക്കു തീർത്തു.

വിദൂരമായ കരിമ്പിൻപാടത്ത് ചാറ്റൽമഴ.

"ഐവാൻ, നമ്മൾ എന്തായിരിക്കുന്നു.!" സൂസൻ വിതുമ്പി.

അതുതന്നെയാണ് ഐവാനും ഓർത്തുകൊണ്ടിരുന്നത്. പള്ളിമണിയുടെ മുഴക്കങ്ങളും അൾത്താരയിലെ സുവിശേഷവചനങ്ങളും ഒറ്റയടിപ്പാതയ്ക്കു മുകളിലെ മഞ്ഞിൻപടലങ്ങളും മരങ്ങൾക്കിടയിൽനിന്നുള്ള പക്ഷികളുടെ ചൂളംവിളികളും അവന്റെ മനസ്സിലൂടെ കടന്നുപോയി. പുണ്യവാളന്മാരൊക്കെയും മുറിയുടെ കോണുകളിൽ വ്യസനിച്ചുനില്പുണ്ടെന്ന് അവനു തോന്നി. അവൻ സൂസന്റെ കണ്ണുകളിലേയ്ക്ക് നോക്കി. അവൾ നിശ്ശബ്ദമായി കരയുകയായിരുന്നു. ഐവാൻ അവളുടെ വലതുകൈത്തലം തൊട്ടു. അവൾ ഒന്നും പറയാനാവാതെ തേങ്ങുകമാത്രം ചെയ്തു.

“ഹാ, ഇതു വിചിത്രമായിരിക്കുന്നു.” താക്കോൽദ്വാരത്തിലൂടെ മുറിയിലേയ്ക്ക് നോക്കി ബെന്നി തന്റെ കൂടെ വന്ന മൻസൂറിനോട് പതുക്കെപ്പറഞ്ഞു.

‘‘ഞാൻ, നോക്കട്ടെ.’’ മൻസൂർ ബെന്നിയെ മാറ്റിനിർത്തി താക്കോൽദ്വാരത്തിനു നേർക്ക് മുഖം കുനിച്ചു.

താക്കോൽദ്വാരത്തിലൂടെ ഐവാനേയും സൂസനെയും കണ്ട് മൻസൂർ ബെന്നിയുടെ നേരെ തിരിഞ്ഞു. സംഭവിച്ചിരിക്കുന്നത് വിചിത്രമായ കാര്യം തന്നെയെന്നതിൽ മൻസൂറിന് പക്ഷാന്തരമുണ്ടായില്ല.

“വാതിൽ തുറക്കട്ടെ.” ബെന്നി ചോദിച്ചു.

“വെയ്റ്റ്!” താൻ ഉടനെ വരാമെന്ന് ആംഗ്യം കാട്ടി മൻസൂർ ചുവട്ടിലുള്ള സുഹൃത്തുക്കളെ വിവരമറിയിക്കാനായി അതിവേഗത്തിൽ നടന്നുനീങ്ങി.

ബെന്നി പിന്നെയും താക്കോൽപഴുതിലൂടെ മുറിയിലേയ്ക്ക് നോക്കി. ഐവാൻ സൂസന്റെ മുടിയിൽ തലോടിക്കൊണ്ട് ബെന്നിക്ക് ഒട്ടും കേൾക്കാനാവാത്ത വിധത്തിൽ എന്തോ പറഞ്ഞു. സൂസൻ കണ്ണുനീര് തുടച്ച് ശിരസ്സ് മെല്ലെയൊന്ന് ചലിപ്പിച്ചു. ഐവാൻ വികാരാധീനനായി. അവൻ സൂസന്റെ നെറ്റിയിൽ ഒരു ചുംബനമർപ്പിച്ചു. അവൾ കൃതജ്ഞതാപൂർവം അവന്റെ കവിളുകളിൽ കൈത്തലങ്ങൾ ചേർത്തു.

പൊടുന്നനെ വാതിൽ മലർക്കെ തുറന്ന ചാൾസും സ്നേഹിതരും മുറിയിലേയ്ക്ക് പാഞ്ഞുകയറി. ഐവാനും സൂസനും അന്ധാളിച്ചു. ഇരുവരും കട്ടിലിൽ ഇരിക്കുകയായിരുന്നു. ഐവാൻ എഴുന്നേറ്റ് സൂസനെ സമാശ്വസിപ്പിക്കുന്നതുപോലെ നോക്കി ചാൾസിനേയും മറ്റു സുഹൃത്തുക്കളേയും അഭിമുഖീകരിച്ചു.

“സൂസൻ എന്റെ നാട്ടിലുള്ളതാ. എനിക്കു ചെറുപ്പത്തിലേ പരിചയമുണ്ട്. കുറേക്കാലത്തിനുശേഷം കാണുകയാ.”

“അതുശരി. നിങ്ങളിപ്പോ പഴയ നാട്ടുകാര്യങ്ങള് പറഞ്ഞിരിക്കയാ, അല്ലേ? താഴെ ഞങ്ങളു ചെലര് കാത്തിരിക്കുന്നെന്നുള്ള വിചാരമെങ്കിലും വേണ്ടായോ?”

“ചാൾസ്, ഞാൻ പറഞ്ഞത് നിനക്കു മനസ്സിലായില്ലേ?”

“ഉവ്വ്. നന്നായിട്ടു മനസ്സിലായി. താനിനി ആ ഉടുപ്പുമെടുത്തിട്ടേച്ച് താഴോട്ടു പോയാട്ടെ. നേരം ഒത്തിരിയായി.”

“സൂസനെ തനിച്ചുവിട്.”

“പിന്നെ ഞങ്ങളെന്തോ ചെയ്യും?”

“ഇനി ഞാനാ. താൻ താഴോട്ടു പോ.” ബെന്നി മറ്റുള്ളവരുടെ സാന്നി

ധ്യത്തിൽത്തന്നെ ഉടുപ്പഴിക്കാൻ തുടങ്ങി.

ഐവാൻ ക്രുദ്ധനായി. എല്ലാവരും പെട്ടെന്നു മുറിവിട്ടുപോകണമെന്ന് അവൻ ആക്രോശിച്ചു. അവർ പരസ്പരം നോക്കി.

സൂസൻ ഐവാന്റെ പിറകിലെത്തി അവന്റെ ചുമലിൽ കൈവച്ചു. ആ സ്പർശമറിഞ്ഞെങ്കിലും അവൻ അതിനോടകം ശത്രുക്കളായി മാറിക്കഴിഞ്ഞ സുഹൃത്തുക്കളിൽനിന്നു കണ്ണെടുത്തില്ല.

"ഐവാൻ, ശാന്തനാകൂ." സൂസൻ മന്ത്രിച്ചു.

ഐവാൻ തിരിഞ്ഞുനോക്കി. വർഷങ്ങൾക്കു മുമ്പ് കരിമ്പിൻ പാടത്ത് പെയ്ത ചാറ്റൽമഴ ഒരിക്കൽക്കൂടി അവന്റെ ഓർമയിലെത്തി. ചാൾസും മറ്റു നാലുപേരും ക്രോധാവിഷ്ടരായി മുന്നോട്ടു നീങ്ങുകയായി. ഐവാൻ വികാരവായ്പോടെ സൂസനെ തന്നോടു ചേർത്തുപിടിച്ച് അവളുടെ ചുണ്ടുകളിൽ ചുംബിച്ചു.

താൻ പറിച്ചെടുത്ത കൂണുകൾ കാൽക്കലേക്കു വീഴുന്നതായി സൂസൻ അറിഞ്ഞു.

കരിമ്പിൻപാടത്ത് ചാറ്റൽമഴ തുടർന്നു.

കോഴിയങ്കം

കോഴികൾ പോര് തുടർന്നു. അവ ക്രോധാവേശത്തോടെ ചിറകടിച്ചുയർന്ന് ചെറിയ കത്തികൾ കെട്ടിയ കാലുകൾ വായുവിൽ ചുഴറ്റിക്കൊണ്ട് പരസ്പരം ആക്രമിക്കാനോങ്ങി. അവയുടെ തൂവലുകൾ എഴുന്നുനിന്നിരുന്നു.

കോഴിയുടെ ഉടമസ്ഥരായ മുത്തുവും മായാണ്ടിയും അവയ്ക്കരികെ കുനിഞ്ഞിരുന്ന് ഒച്ചയെടുത്തുകൊണ്ടിരുന്നു. ചുറ്റും കൂടിനിന്നവർ ആവേശപൂർവം ചൂളം വിളിക്കുകയും കയ്യടിക്കുകയും ചെയ്തു. പല ശബ്ദങ്ങൾ കൂടിക്കലർന്ന് മുഴങ്ങി. കോഴികൾ ക്രുദ്ധഭാവത്തിൽ അന്യോന്യം കൊത്തി.

കവിളുകൾ ഒട്ടിയ ഒരു വൃദ്ധൻ ഒട്ടു കുനിഞ്ഞുനിന്ന് ഉറക്കെ ഒച്ചയിട്ട് മായാണ്ടിയുടെ കോഴിക്ക് ഉശിരു പകർന്നപ്പോൾ ഏതാണ്ട് അത്രയും തന്നെ പ്രായമുള്ള വേറൊരാൾ എതിർപക്ഷത്തുനിന്നും ഒച്ചയെടുത്തു.

കോഴികളുടെ പകയും കലിയും മനുഷ്യരിലേയ്ക്കും പകർന്നിരുന്നു. ഇടയ്ക്ക് മായാണ്ടിയും മുത്തുവും അസഭ്യവർഷം നടത്തി. അവർ പറയാത്ത തെറിവാക്കുകളൊന്നുമില്ല. എല്ലാ വാക്കുകളും തീർന്നപ്പോഴാവണം, മായാണ്ടി അരയ്ക്കു തിരുകിയിരുന്ന പിച്ചാത്തിയെടുത്ത് നിവർത്തി. അമ്പോ! ചിലർ സംഭ്രമിച്ച് പിന്നോക്കം മാറി. തക്ക സമയത്ത് ഒരാൾ മായാണ്ടിയുടെ കയ്യിൽനിന്ന് പിച്ചാത്തി പിടിച്ചുവാങ്ങി. കോഴിയങ്കമാണ് നടക്കേണ്ടതെന്നു പറഞ്ഞുകൊണ്ട് പിച്ചാത്തി മടക്കി. കാണികളുടെ ഉൽക്കണ്ഠയ്ക്ക് അതോടെ വിരാമമായി. അങ്കക്കലികയറിയ കോഴികളുടെ ശബ്ദം പിന്നേയും ഉയർന്നു കേട്ടു. പോര് തുടർന്നു.

ഹെഡ് കോൺസ്റ്റബിൾ അപ്പുണ്ണിനായരും കോൺസ്റ്റബിൾ രാമൻകുട്ടിയും സ്ഥലത്തെത്തിയത് ഈ സമയത്താണ്. രണ്ടുപേരും

വേഷപ്രച്ഛന്നരായിരുന്നില്ല. ഏവർക്കും തിരിച്ചറിയാൻ പാകത്തിൽ യൂണിഫോം ധരിച്ച നിലയിലായിരുന്നു.

എന്താണ് സംഭവിക്കുന്നതെന്നറിയാൻ അപ്പുണ്ണിനായർ ഒരുവന്റെ ചുമലിൽ പിടിച്ച് എത്തിനോക്കി. ആരാണ് തന്റെ ചുമലിൽ ഇത്രയും ബലമായി പിടിക്കുന്നതെന്നറിയാൻ അവൻ തിരിഞ്ഞു നോക്കിയപ്പോഴാണ് കോങ്കണ്ണും കൊമ്പൻമീശയും നെറ്റിയിൽ കുങ്കുമപ്പൊട്ടുമുള്ള അപ്പുണ്ണിനായരുടെ ഏറെ പരിചിതമായ മുഖം കാണുന്നത്.

"പോലീസ്." അവൻ നിലവിളിച്ചു.

"പോലീസ്." അടുത്തുനിന്ന മറ്റൊരുവൻ വിളിച്ചുപറഞ്ഞു.

പിന്നെ ബഹളമായി ആളുകൾ ഓട്ടം തുടങ്ങി. ആരൊക്കെയോ തട്ടിത്തടഞ്ഞ് വീണു. അവർ ഉരുണ്ടുപിരണ്ടെണീറ്റ് പിന്നെയും ഓട്ടമായി.

അമ്പരന്ന മായാണ്ടിയും മുത്തുവും തങ്ങളുടെ കോഴികളെ കയ്യിലെടുത്ത് ഓടാനോങ്ങിയപ്പോൾ "നിൽക്ക്" എന്ന് ഉച്ചത്തിൽ പറഞ്ഞ് അപ്പുണ്ണിനായർ രണ്ടുപേരെയും പിടികൂടി. മുത്തുവിനെ അയാൾ കോൺസ്റ്റബിൾ രാമൻകുട്ടിയ്ക്ക് കൈമാറി.

"നിയമലംഘനം, അല്ലേടാ." അപ്പുണ്ണിനായർ ചുമലിൽ ഒരിടിവെച്ചു കൊടുത്ത് മായാണ്ടിയോടായി ചോദിച്ചു.

"ഇവിടെ ചോദിക്കാനൊന്നും ആരുമില്ല!" രാമൻകുട്ടി നിന്ദാഗർഭമായ ഒരു സ്വരത്തിൽ അങ്ങനെ പറഞ്ഞ് അപ്പുണ്ണിനായരുടെ മാതൃക പിന്തുടർന്ന് തന്റെ പിടിയിലുള്ള കുറ്റവാളിയുടെ മുതുകിൽ കൈമുട്ടുകൊണ്ട് ഇടിച്ചു. മുത്തു ഞരങ്ങി. "നടക്ക് രണ്ടും." അപ്പുണ്ണിനായർ കല്പിച്ചു. പിന്നെ ചുറ്റിലും നോക്കി തെല്ലകലെയായി പതുങ്ങിനിന്ന് എത്തിനോക്കുന്നവരെ കണ്ട് നിലത്ത് ആഞ്ഞുചവിട്ടി.

"പോയിനെടാ എല്ലാവരും." രാമൻകുട്ടി അലറി. അലർച്ച കേട്ട് ആളുകൾ തല വലിച്ചു.

ചിലർ കയറ്റം കയറി ഓടി.

അപ്പുണ്ണിനായർ സ്വതന്ത്രമായ വലതുകരം കൊണ്ട് മീശയുടെ ഒരറ്റം തെറുത്തു കയറ്റി.

"ഉം." അയാൾ മുരണ്ടു.

മുത്തുവും മായാണ്ടിയും കയ്യിൽ അങ്കക്കോഴികളോടെ നടക്കുകയായി. രാമൻകുട്ടി അവർ കാണാതെ അപ്പുണ്ണിനായരെ നോക്കി മന്ദഹസിച്ചു. അപ്പുണ്ണിനായരുടെ ചുവന്ന മുഖത്തും ഒരു മന്ദഹാസം തെളിഞ്ഞു. അതിന് നിഗൂഢമായ എന്തോ അർഥമുണ്ടായിരുന്നു.

പാതയ്ക്കിരുവശത്തും കരിമ്പനകൾ അനക്കമറ്റ് നിലകൊണ്ടു.

"സിഗരറ്റുണ്ടോടാ കീശയില്?" അപ്പുണ്ണിനായർ മായാണ്ടിയോടായി തെല്ലു മയത്തിൽ ചോദിച്ചു.

"ഓ." മായാണ്ടി മടിക്കുത്തിലുണ്ടായിരുന്ന സിഗരറ്റ് പായ്ക്കറ്റ് ഹെഡ്കോൺസ്റ്റബിളിനു നീട്ടി.

"തനിയ്ക്കു വേണോടോ?" അപ്പുണ്ണിനായർ ഒരു സിഗരറ്റെടുത്ത് രാമൻകുട്ടിയോടു തിരക്കി.

"ആയ്ക്കോട്ടെ." രാമൻകുട്ടിപറഞ്ഞു.

അപ്പുണ്ണിനായർ കയ്യിലെ സിഗരറ്റ് രാമൻകുട്ടിക്ക് നൽകി തനിയ്ക്കായി വേറൊന്നെടുത്ത് സിഗരറ്റ് പായ്ക്കറ്റ് സ്വന്തം കീശയിൽ നിക്ഷേപിച്ചു. പിന്നെ മായാണ്ടി വച്ചുനീട്ടിയ തീപ്പെട്ടികൊണ്ട് സിഗരറ്റ് കത്തിച്ച് തീ രാമൻകുട്ടിയ്ക്ക് കൈമാറി. രണ്ടുപേരും കുറ്റവാളികൾക്കു പിമ്പേ പുകയൂതികൊണ്ട് നടന്നു.

അല്പദൂരം കൂടി അവർ പിന്നിട്ടു. അപ്പുണ്ണിനായർ വീണ്ടും രാമൻകുട്ടിയെ നോക്കി.

രാമൻകുട്ടി തിരിച്ചും.

''ഇവന്മാരെ ചാർജ്ചെയ്യാതെ വിട്ടേക്കാം. എന്താടോ?'' അപ്പുണ്ണിനായർ രാമൻകുട്ടിയോടു ചോദിച്ചു.

"സാറിന്റെ ഇഷ്ടംപോലെ." രാമൻകുട്ടി പറഞ്ഞു.

"എന്നാൽ ഇവന്മാര് പോകട്ടെ." അപ്പുണ്ണിനായർ പറഞ്ഞു.

മുത്തുവും മായാണ്ടിയും ആശ്വാസത്തോടെ നിന്നു. എന്നാൽ അല്പം കഴിഞ്ഞ് തിരിഞ്ഞുനടക്കുമ്പോൾ അവരുടെ മുഖങ്ങൾ മ്ലാനമായിരുന്നു. കൈകൾ ശൂന്യവും.

അപ്പുണ്ണിനായരും രാമൻകുട്ടിയും ഓരോ കോഴിയെ കയ്യിൽ തൂക്കിപ്പിടിച്ച് സോത്സാഹം നടന്നു. വഴി കരിമ്പനകൾക്കിടയിലൂടെ നീണ്ടുപോയി. ഒരു കാറ്റ് വീശി.

അപ്പുണ്ണിനായർ കയ്യിലെ അങ്കക്കോഴിയെ മുഖത്തിനു നേർക്ക് ഉയർത്തിപ്പിടിച്ചു.

"ഇവൻ ഉശിരനാണ്." അയാൾ സാഭിമാനം പറഞ്ഞു.

"അതു കൊള്ളാം. ഇവനാണോ മോശം? രാമൻകുട്ടി തന്റെ കോഴിയെ ഉയർത്തിക്കാണിച്ച് വീറോടെ ചോദിച്ചു.

"ആങ്ഹ! എന്നാൽ ഏതിനാണ് കൂടുതൽ ഉശിരെന്ന് അറിഞ്ഞിട്ടു തന്നെ കാര്യം." അപ്പുണ്ണിനായർക്കു വാശികയറി.

"നോക്കാം." രാമൻകുട്ടി തന്റെ കോഴിയെ ആകെയൊന്നു തടവി,

അതിന്റെ ഉടലിൽ എന്തോ പറയും മട്ടിൽ മുഖമുരസി അങ്കത്തിനൊരുങ്ങി.

ഏതാനും കരിമ്പനകൾക്കിടയിലായി, അവർ നിലയുറപ്പിച്ചു. അപ്പുണ്ണിനായർ തന്റെ കോഴിയെ രാമൻകുട്ടിയുടെ കോഴിയുടെ നേർക്ക് ഭീഷണമായ ഒരലർച്ചയോടെ എടുത്തെറിഞ്ഞു. അത് രാമൻകുട്ടിയുടെ കോഴിയെ ആക്രമിച്ചു.

“വിടരുത്.” രാമൻകുട്ടി ഉച്ചത്തിൽ പറഞ്ഞു.

ക്ഷണനേരം കൊണ്ട് രണ്ടു കോഴികളും ഒരിയ്ക്കൽകൂടി ക്രോധാവിഷ്ടരായി. “കൊല്ലൂ, കൊല്ലൂ” എന്ന് ആർത്തുവിളിച്ചുകൊണ്ട് അപ്പുണ്ണിനായരും രാമൻകുട്ടിയും രണ്ടുപക്ഷത്തായി നിന്നു. കരിമ്പനത്തലപ്പുകൾ കാറ്റിൽ വട്ടം ചുറ്റി. അവയ്ക്കു ചുവട്ടിൽ നിന്ന് ആരവമുയർന്നു: കൊല്ലൂ... കൊല്ലൂ...

മക്കൾ

അച്ഛന്റെ വരവു കാത്തു ഞങ്ങൾ റെയിൽവേ സ്റ്റേഷനിലെ വിശ്രമമുറിയിൽ ഇരുന്നു.

വണ്ടി എഴുപതുമിനിറ്റ് വൈകിയാണ് വരികയെന്ന് അറിഞ്ഞനിലയ്ക്ക് ഞങ്ങൾക്കു വേണമെങ്കിൽ വണ്ടിയുടെ സമയമാകുവോളം നഗരത്തിൽ ചുറ്റിസഞ്ചരിക്കാമായിരുന്നു. ഐസ്ക്രീം കഴിക്കുകയോ സിനിമാപോസ്റ്ററുകൾ നോക്കുകയോ, നഗരത്തെ സമയമറിയിക്കുന്ന വലിയ നാഴികമണിയുടെ ചലനങ്ങൾ നിരീക്ഷിക്കുകയോ, പല തെരുവുകളിലൂടെ അലയുകയോ ചെയ്യാമായിരുന്നു. പക്ഷേ, അതിനൊന്നും തുനിയാതെ ഞങ്ങൾ വിശ്രമമുറിയിൽത്തന്നെ ഇരുന്നു. ചേട്ടന്റെ മുഖം വിളറിയിട്ടുണ്ടെന്ന് എനിക്കു തോന്നി. എന്റെ മുഖവും വിളറിയിട്ടായിരുന്നോ എന്തോ!

വിശ്രമമുറിയിൽ പലരും നല്ല ഉറക്കത്തിൽ. മറ്റുള്ളവർ വായിക്കുകയോ ഒന്നും ചെയ്യാതെ അലസമായി അങ്ങുമിങ്ങും നോക്കിക്കൊണ്ട് ഇരിക്കുകയോ പതിഞ്ഞ ശബ്ദത്തിൽ സംസാരിക്കുകയോ ആയിരുന്നു. വിശ്രമമുറിക്കു മുന്നിലൂടെ ആരെല്ലാമോ കടന്നുപോയിക്കൊണ്ടിരുന്നു. ചിലർ വാതില്ക്കലോളം വന്നുനോക്കി ഇരിപ്പിടങ്ങളൊന്നും ഒഴിഞ്ഞിട്ടില്ലെന്നു കണ്ട് ഖേദപൂർവം തിരിച്ചുപോയി.

അങ്ങനെ കുറച്ചുനേരം കഴിഞ്ഞപ്പോൾ സ്വയം പിറുപിറുക്കുന്ന മട്ടിൽ ചേട്ടൻ പറഞ്ഞു:

“അച്ഛൻ ഇനി മടങ്ങിപ്പോവില്ല.”

ഞാനൊരു നടുക്കത്തോടെ പ്ലാറ്റ്ഫോമിൽ നിന്നു കണ്ണെടുത്ത് ചേട്ടന്റെ മുഖത്തേയ്ക്കു നോക്കി. പക്ഷേ, വിചിത്രമെന്ന് പറയട്ടെ, മുഖം കണ്ടാൽ ചേട്ടൻ അല്പം മുമ്പ് എന്തെങ്കിലും പറഞ്ഞെന്ന് തോന്നുമായിരുന്നില്ല.

ഞാൻ അമ്പരപ്പോടെ ചോദിച്ചു:

"എന്താ?"

ചേട്ടൻ എന്റെ നേർക്കു നോക്കാതെ പറഞ്ഞു.

"ഒന്നുമില്ല."

ഞാൻ പറഞ്ഞു:

"ചേട്ടനെന്തോ പറഞ്ഞല്ലോ?"

അതു കേൾക്കാത്ത ഭാവത്തിൽ ചേട്ടൻ നിശ്ശബ്ദനായി ഇരുന്നു. എന്റെ അമ്പരപ്പ് ഏറിയതേ ഉള്ളൂ. അച്ഛനിനി മടങ്ങിപ്പോവില്ലെന്ന് ചേട്ടൻ പറഞ്ഞത് ഞാൻ വ്യക്തമായി കേട്ടതാണ്.

ഒരുപക്ഷേ, എനിക്കു വെറുതെ തോന്നിയതാവുമോ? അതെന്തായാലും അച്ഛൻ ഇനി മടങ്ങിപ്പോവില്ല. മുമ്പൊക്കെ വന്നാൽ അവധി തീർന്ന് ഒരു ദിവസം അച്ഛൻ മടങ്ങിപ്പോകുമായിരുന്നു. അതുവരെ ഞങ്ങളൊക്കെ ഭയന്നു കഴിയും. അച്ഛന്റെ അനുവാദമില്ലാതെ വീട്ടിൽനിന്നും പുറത്തിറങ്ങാനാവില്ല. കൂട്ടുകാർ, പുഴ, മുളങ്കാടുകൾ, മരങ്ങൾ, പക്ഷികൾ, കുന്നുകൾ, ആകാശം... എല്ലാം ഞങ്ങൾക്ക് അക്കാലത്ത് നഷ്ടപ്പെടുന്നു. വീട്ടിൽ കളിയും ചിരിയും നിലയ്ക്കുന്നു. ഞങ്ങൾ നിശ്ശബ്ദരാവുന്നു. അച്ഛന്റെ ശബ്ദം മാത്രം ഉയർന്നു കേൾക്കുന്നു. എല്ലാം അച്ഛന്റെ ഇഷ്ടംപോലെ. രാവിലെ അച്ഛൻ വിളിച്ചുചോദിക്കുന്നു: "എഴുന്നേറ്റില്ലേ?" രാത്രി കുറേയാകുമ്പോൾ അച്ഛൻ പറയുന്നു: "ഇന്നു വായിച്ചതു മതി. പോയി കിടന്നുറങ്ങിക്കോ."

പൊടുന്നനെ എന്നെ ഭയപ്പെടുത്തിക്കൊണ്ട് ചേട്ടൻ വീണ്ടും പിറുപിറുത്തു:

"ഉം, അച്ഛനിങ്ങുവരട്ട, അച്ഛനിങ്ങുവരട്ടെ."

ചേട്ടന്റെ മുഖത്തേയ്ക്കു നോക്കിയപ്പോൾ എന്തെന്നില്ലാത്ത ഭയവും സംഭ്രമവും എന്നെ പിടികൂടി.

വണ്ടി വരാറായോ? അച്ഛൻ വരാറായോ? ഞങ്ങളുടെ അച്ഛൻ വരാറായോ?

എഴുപതു മിനിറ്റല്ല, വണ്ടി അതിലേറെ വൈകി. അപ്പോഴേയ്ക്കും പ്ലാറ്റ്ഫോമിലെ തിരക്ക് അസാധാരണമാംവിധം വർധിച്ചിരുന്നു. വണ്ടി അടുത്ത ഏതാനും നിമിഷങ്ങൾക്കകം സ്റ്റേഷനിലെത്തുമെന്ന അറിയിപ്പുണ്ടായതോടെ വിശ്രമമുറിയിലുള്ളവർ ഒന്നൊന്നായി എഴുന്നേൽക്കുകയായി. ഉറങ്ങുന്നവരൊക്കെയും പകച്ചുണർന്നു. ചേട്ടൻ എന്റെ കൈപിടിച്ച് എഴുന്നേറ്റു.

വാതില്ക്കലെത്തിയപ്പോൾ ഞാൻ അറിയാതെ പറഞ്ഞുപോയി:

"ഈശ്വരാ, എന്തുമാത്രം ആളുകളാ! മണ്ണുനുള്ളിയിട്ടാൽ വീഴില്ലല്ലോ!

ഈ തിരക്കിനിടയില് അച്ഛനെ എങ്ങനെയാ കണ്ടുപിടിക്ക്വ?"

ഉടനെ ചേട്ടനൊരു പോംവഴി കണ്ടെത്തി.

"നമുക്ക് പുറത്തേക്കിറങ്ങുന്ന വഴിക്കടുത്തു ചെന്നുനിൽക്കാം. അതേ പറ്റുള്ളൂ."

ഞാൻ ആ നിർദേശത്തോട് യോജിച്ചു. ഞങ്ങൾ തിരക്കിലൂടെ കൈകോർത്തു പിടിച്ച് മുന്നോട്ട് നീങ്ങി. പ്ലാറ്റ്ഫോമിൽ അനേകം ശബ്ദങ്ങൾ മുഴങ്ങിക്കൊണ്ടിരുന്നു. എതിരെനിന്ന് അതിവേഗം വന്ന ഒരാൾ എന്നെയും ചേട്ടനെയും രണ്ടുഭാഗത്തേക്ക് തട്ടിമാറ്റി വെപ്രാളത്തോടെ മുന്നോട്ടുപോയി. അയാളെ ഉള്ളാലേ ശപിച്ചുകൊണ്ട് ഞാൻ ചേട്ടന്റെ അടുത്തേയ്ക്ക് നീങ്ങി. വീണ്ടും ഞങ്ങൾ കൈകോർത്തുപിടിച്ചു. ഇപ്പോൾ കുറേക്കൂടി ഗാഢമായി.

വണ്ടിയുടെ ശബ്ദം അകലെനിന്നും കേട്ടു. ചേട്ടൻ എന്റെ കൈയിൽ മുറുകെപ്പിടിച്ചുകൊണ്ട് തിരക്കിലൂടെ ധൃതിയിൽ നടന്നു. ടിക്കറ്റ് പരിശോധിക്കുന്നതിന് രണ്ടുദ്യോഗസ്ഥർ സ്ഥാനംപിടിച്ച വഴിക്കരികിലെത്തി ഞങ്ങൾ നിന്നു. അവിടെനിന്നാൽ അച്ഛനെ കാണാമെന്ന് ഉറപ്പായിരുന്നു.

അവസാനം തീവണ്ടി പാഞ്ഞുവന്നു. നീങ്ങിപ്പൊയ്ക്കൊണ്ടിരുന്ന കമ്പാർട്ടുമെന്റുകളുടെ കവാടങ്ങളിലെങ്ങാനും അച്ഛൻ നില്പുണ്ടോ എന്നറിയാൻ ഞങ്ങൾ ഉദ്വേഗത്തോടെ ദൃഷ്ടി പായിച്ചു. വണ്ടി നിശ്ചലമായി. കമ്പാർട്ടുമെന്റുകളിൽനിന്ന് യാത്രക്കാർ ഇറങ്ങുകയായി. പ്ലാറ്റ്ഫോമിലുണ്ടായിരുന്ന മിക്കവരും ഓരോ വാതിലിനടുത്തെത്താൻ വെമ്പൽ കാട്ടി. പോർട്ടർമാർ ഉറക്കെ ഒച്ചയിട്ടു. എന്റെ ഹൃദയം ഭയവിഹ്വലമായി മിടിച്ചുകൊണ്ടിരുന്നു.

പെട്ടെന്നു നോക്കുമ്പോൾ അച്ഛൻ മുന്നിൽ. ചേട്ടനാണ് ആദ്യം കണ്ടത്. എന്റെ കൈത്തലത്തിലമർത്തിക്കൊണ്ട് ചേട്ടൻ അറിയിച്ചു. "അതാ അച്ഛൻ!" വലിയൊരു പെട്ടിയും അതിനുമേലെ കിടക്കയുമായി ഒരു പോർട്ടർ അച്ഛനെ അനുഗമിക്കുന്നുണ്ടായിരുന്നു. ഞാനും ചേട്ടനും ആൾത്തിരക്കിലൂടെ അച്ഛനെ ലക്ഷ്യമാക്കി നീങ്ങി. ആൾത്തിരക്കല്ല, ഉദ്വേഗവും മ്ലാനതയുമായിരുന്നു ഞങ്ങളെ അതികഠിനമായി ഞെരുക്കിയത്. അച്ഛാ എന്നു ഞങ്ങൾ വിളിച്ചുവെങ്കിലും അച്ഛൻ അത് കേൾക്കുകയുണ്ടായില്ല. അത്രയ്ക്ക് കോലാഹലമായിരുന്നു. തിരക്കിലൂടെ ഞെരുങ്ങിക്കടന്ന് ഞങ്ങൾ അടുത്തെത്തിയപ്പോൾ അച്ഛൻ പരുഷമായി പറഞ്ഞു:

"ഞാൻ വിചാരിച്ചു വന്നിട്ടില്ലാന്ന്. എവിടെയായിരുന്നു ഇത്രേം

നേരം?"

അതിനു സമാധാനമൊന്നും ബോധിപ്പിക്കാതെ ഞങ്ങൾ അച്ഛന്റെ പിന്നിൽ നിലയുറപ്പിച്ചു. അച്ഛന്റെ രണ്ടു കൈയിലും സൂട്ട്കേയ്സു ണ്ടായിരുന്നു. അവയിലൊന്ന് അച്ഛൻ ചേട്ടനു കൈമാറി. മറ്റേത് എനി ക്കും.

അച്ഛൻ ടാക്സി വിളിക്കുമ്പോൾ ഞാൻ ചേട്ടനോട് ഒച്ചയടക്കി പറഞ്ഞു:

"ഇത്തിരി ക്ഷീണിച്ചിട്ടുണ്ടെന്നു തോന്നുന്നു."

ചേട്ടൻ അതു വകവെച്ചുതന്നില്ല.

"വെറുതെ തോന്നുന്നതാ. ക്ഷീണൊന്നും ഇല്ല."

ടാക്സിയിൽ അച്ഛൻ മുൻസീറ്റിൽ ഡ്രൈവറുടെ ഇടതുഭാഗത്തായി ഇരുന്നു. ഞാനും ചേട്ടനും പിറകിലിരുന്ന് വഴിയോരങ്ങളിലേയ്ക്കു നോക്കി. അച്ഛൻ ചിലപ്പോൾ ഈർഷ്യയോടെയും മറ്റു ചിലപ്പോൾ അവ ജ്ഞയോടെയും ഓരോ കാര്യത്തെക്കുറിച്ചു വാതോരാതെ പറഞ്ഞു കൊണ്ടിരുന്നു. നഗരം പിന്നിലായി. എനിക്ക് ഉറക്കം വരുന്നുണ്ടായി രുന്നു. ചേട്ടൻ പുറത്തേക്കു നോക്കിക്കൊണ്ട് ഇരിക്കുകയായിരുന്നു.

അച്ഛൻ എന്തോ പറഞ്ഞ് ഉറക്കെച്ചിരിച്ചു. ഞാൻ ഞെട്ടിയുണർന്നു. ചേട്ടൻ എന്നെ നോക്കി മൃദുവായി, സഹതപിക്കുമാറ് ചിരിച്ചു. ഞാൻ പിന്നെയും കണ്ണുചിമ്മി. കാറ്റ് മുഖത്തുവന്ന് തട്ടിക്കൊണ്ടിരുന്നു.

പിന്നീടുണർന്നത് ചേട്ടൻ വിളിച്ചപ്പോഴാണ്. ടാക്സി വീട്ടിലേ യ്ക്കുള്ള ഒറ്റയടിപ്പാതയ്ക്കരികെ നിൽക്കുകയായിരുന്നു. ചുമടെടു ക്കുന്ന ലക്ഷ്മി കിഴക്കുനിന്ന് ഓടിവന്നു. അവൾ പറഞ്ഞു:

"ഞാൻ കുറെ സമയമായി കാത്തുനിൽക്കുന്നു. കാണാത്തോണ്ട് ഒന്നു മുറുക്കാംന്ന് കരുതി അങ്ങോട്ടു പോയതാ."

അച്ഛൻ പെട്ടിയും കിടക്കയും ലക്ഷ്മിയുടെ തലയിൽവെച്ചുകൊടു ത്തു. സൂട്ട്കെയ്സുകൾ ഓരോന്ന് ഞാനും ചേട്ടനും കൈയിലെടു ത്തു.

അച്ഛൻ പറഞ്ഞു:

"ഉം, നടന്നോ."

എനിക്കു ചുമക്കാൻ കഴിയുന്നതിലധികം ഭാരമുണ്ടായിരുന്നു സൂട്ട്കെയ്സിന്. ഏതാനും ചുവടുവെച്ചപ്പോൾത്തന്നെ വലതുകൈ യിൽനിന്ന് ഇടതുകൈയിലേക്ക് മാറ്റേണ്ടിവന്നു.

അമ്മ കുട്ടനേയുമെടുത്ത് പൂവരശിനു കീഴെ നിൽക്കുന്നത് അകലെ നിന്നേ കാണാനായി. അമ്മയുടെ അടുത്തായി രാധികയും ഗോപി

കയും ശാരികയും. പൂവരശിന്റെ തണലിൽനിന്ന് ഞങ്ങളെ കണ്ടിട്ടും അവരാരും അനങ്ങിയില്ല.

അമ്മ ചോദിച്ചു:

"മക്കള് വിഷമിച്ചോ? കനമുണ്ടോ അധികം?"

ഞാൻ പറഞ്ഞു:

"ഏയ്, കനമൊന്നൂല്ല."

ഞാനോർക്കുകയായിരുന്നു. ഞാനും ചേട്ടനും റെയിൽവേ സ്റ്റേഷനിൽ പോകേണ്ട വല്ല കാര്യവുമുണ്ടായിരുന്നോ? ആവശ്യമെങ്കിൽ ലക്ഷ്മിയേയും കൂട്ടി റോഡുവക്കിൽ കാത്തുനിന്നാൽ പോരായിരുന്നോ? വെറുതെ എന്തിന്...?

പക്ഷേ, എനിക്കറിയാം. ഒന്നും പറഞ്ഞുകൂടാ. അച്ഛന്റെ ഹിതമാണ്. അനുസരിക്കുക മാത്രം. സായാഹ്നസവാരിക്കിറങ്ങുമ്പോൾ അച്ഛൻ ചേട്ടനേയും എന്നെയും വിളിക്കുന്നു. ഞങ്ങൾ വസ്ത്രം ധരിച്ച് ഉടനെ തയ്യാറാകുന്നു. രണ്ടു വിശ്വസ്ത സേവകരെപ്പോലെ ഞങ്ങൾ അച്ഛന്റെ പിന്നാലെ നടക്കുന്നു. വഴിനീളെ ഞങ്ങൾ മൗനം പാലിക്കുന്നു. അച്ഛനാവട്ടെ, തുടർച്ചയായി അതുമിതും പറഞ്ഞുകൊണ്ടിരിക്കും. അതിന്റെ സാരാംശം ഞങ്ങൾ അച്ഛനെപ്പോലെ ജീവിതവിജയം കരസ്ഥമാക്കണമെന്നാവും. വളരെ താഴ്ന്ന നിലയിൽനിന്ന് അച്ഛൻ എപ്രകാരം ഉയർന്നുവെന്നും ഇന്നത്തെ നില പ്രാപിച്ചുവെന്നും ഞങ്ങൾ കാതുകൂർപ്പിച്ചു കേൾക്കും. അച്ഛൻ സംസാരിച്ചുകൊണ്ടു മുന്നിൽ നടക്കുമ്പോൾ ഞാനും ചേട്ടനും കൂടെക്കൂടെ ഭയപ്പാടോടെ തമ്മിൽ നോക്കും. മരങ്ങൾക്കിടയിലൂടെയും പുൽക്കൂട്ടങ്ങൾക്കിടയിലൂടെയും ഞങ്ങൾ അച്ഛനെ പിന്തുടരും.

പറഞ്ഞു പറഞ്ഞ് ഒഴിവുകാലം കഴിയാറായി. ഞാൻ പഠിക്കുന്ന ബോർഡിംഗ് സ്കൂൾ തുറക്കാറായി. ചേട്ടൻ അതിയായ വ്യസനത്തോടെ പറഞ്ഞു:

"ഇനി ഞാനിവിടെ ഒറ്റയ്ക്കാവ്വല്ലോ."

എങ്ങനെയാണ് ചേട്ടനെ ആശ്വസിപ്പിക്കേണ്ടതെന്ന് എനിക്കറിഞ്ഞുകൂടായിരുന്നു. തൊണ്ടയിൽ ഗദ്ഗദം തടഞ്ഞുനിന്നു.

ഞാൻ പതുക്കെ പറഞ്ഞു:

"അതിനെന്താ, ചേട്ടന് കോളേജ് തുറക്ക്വല്ലോ!"

ചേട്ടൻ ഒരു നെടുവീർപ്പെന്നോണം പറഞ്ഞു:

"ഞാൻ ദിവസവും ഇവിടേയ്ക്കുതന്നെ തിരിച്ചുവരണ്ടേ?"

ഞാൻ ചോദിച്ചു:

"ഇത്രേം കാലം വീട്ടിൽ ആളില്ലാഞ്ഞിട്ടായിരുന്നില്ലേ? ഇപ്പോ അച്ഛ നുണ്ടല്ലോ. ഇനിയെന്തിനാ ദിവസവും പോയിവരുന്നത്? ഹോസ്റ്റലിൽ താമസിച്ചുകൂടെ?"

ചേട്ടൻ പറഞ്ഞു:

"ഹോസ്റ്റലിൽ താമസിക്കാൻ കഴിഞ്ഞാൽ എത്ര നന്നായിരുന്നു. പക്ഷേ, അച്ഛൻ സമ്മതിക്കുമെന്ന് തോന്നുന്നില്ല."

ഞാൻ പറഞ്ഞു:

"നമുക്ക് അമ്മയോട് പറഞ്ഞുനോക്കാം"

ചേട്ടൻ ഒട്ടും ശുഭപ്രതീക്ഷ കൂടാതെ പറഞ്ഞു:

"ഫലമുണ്ടാകുമെന്ന് തോന്നുന്നില്ല."

അതുതന്നെ സംഭവിച്ചു. കഴിഞ്ഞ മൂന്നുവർഷവും ചെയ്തതു പോലെ ചേട്ടൻ വീട്ടിൽനിന്നുകൊണ്ട് പഠിച്ചാൽ മതിയെന്ന് അച്ഛൻ തീർത്തുപറഞ്ഞു. ദിവസവും അങ്ങോട്ടുമിങ്ങോട്ടുമായി നാലുമണിക്കൂർ യാത്ര ചെയ്യേണ്ടതിന്റെ പ്രയാസത്തെപ്പറ്റി അല്പമൊരു ധൈര്യം സംഭ രിച്ച് ചേട്ടൻ പറയാൻ തുടങ്ങിയപ്പോൾ അച്ഛൻ ക്രുദ്ധനായി ചാടിയെ ഴുന്നേറ്റു. അച്ഛന്റെ കണ്ണുകൾ, മദ്യപിച്ചതിനാലാവാം, കലങ്ങിച്ചുവന്നി രുന്നു. പുകയുന്ന കവിൾ തടവിക്കൊണ്ട് ചേട്ടൻ മുറിയിലേയ്ക്ക് നട ന്നു. പിറകെ നിഴലുപോലെ ഞാനും. ചേട്ടൻ മുറിയിലെത്തി മുഖം പൊത്തിപ്പിടിച്ച് ഒരു കോണിലിരുന്നു.

ആശ്വാസവാക്കുകളറിയാതെ ഞാൻ നിന്നു. അച്ഛൻ അമ്മയെ വഴക്കു പറയുന്നത് ഞാൻ കേട്ടു. അല്പം കഴിഞ്ഞപ്പോൾ പിറകിൽ പതിഞ്ഞ കാൽപ്പെരുമാറ്റം, അമ്മ.

സ്കൂൾ തുറക്കുന്നതിന്റെ തലേന്ന് ഞാൻ യാത്രയായി. ചേട്ടൻ നിര ത്തരികിൽ നില്പുണ്ടായിരുന്നു. ഞാൻ ബസ്സിലിരുന്ന് ചേട്ടന്റെ നേർക്കു നോക്കി. മഴ ചാറിത്തുടങ്ങിയിരുന്നു. ചേട്ടൻ കുടയെടുത്തിരുന്നില്ല. ചാറ്റൽമഴയിൽ കൈയുയർത്തിവീശിക്കൊണ്ട് ചേട്ടൻ നിന്നു. എനിക്ക് കണ്ണുകൾ നിറയുന്നതുപോലെ തോന്നി. പുറത്തേയ്ക്കു നീട്ടിയ കൈയിലാകെ മഴത്തുള്ളികളായിരുന്നു. മഴത്തുള്ളികൾ മുഖത്തേയ്ക്കു പാറിവീണു. ഞാൻ കണ്ണടച്ച് സീറ്റിൽ ചാരിയിരുന്നു. ബസ് പോയ്ക്കൊ ണ്ടിരുന്നു. പുറത്ത് മഴ ദുഃഖംപോലെ കനത്തു.

ഞാൻ വീണ്ടും സഹപാഠികൾക്കിടയിലെത്തി. ഡോർമിറ്ററി. ആകാ ശത്തിനു നേരെ തുറക്കുന്ന ജാലകം. ചുവന്ന പൂക്കളും കടുംപച്ച ഇലകളുമുള്ള മരങ്ങൾ. പച്ചനിറമാർന്ന മൈതാനം. ലാബ് രണ്ടാം നില യുടെ ഇടത്തേ അറ്റത്തുള്ള ക്ലാസ്സ്മുറി. നീണ്ട വരാന്ത. ഞാൻ ബയോ

ളജിയുടെ ക്ലാസ്സിൽനിന്നിറങ്ങി പ്യൂൺ ഗോമസിന്റെ പിന്നാലെ നടക്കുകയായിരുന്നു. താഴെ ഹെഡ്മിസ്ട്രസ്സിന്റെ മുറിയിൽ എന്നെ കാത്തിരിക്കുന്നത് ആരെന്ന് ഗോമസ്സിനു നിശ്ചയമില്ലായിരുന്നു. വീട്ടിൽനിന്നാണെന്നു മാത്രമേ അയാൾക്ക് അറിയാമായിരുന്നുള്ളൂ.

അവിടെ എന്നെ കാത്തിരുന്നത് വീടിനടുത്തുള്ള അച്യുതൻ നായരായിരുന്നു. അയാൾ പറഞ്ഞു:

"പുറപ്പെട്ടോളൂ കുട്ട്യേ, അമ്മയ്ക്ക് നല്ല സുഖല്യ."

വീട്ടിലെത്തുമ്പോഴേയ്ക്കും അമ്മയുടെ ചിത കത്തിയടങ്ങാറായിരുന്നു.

ഞാൻ വീടിനോട് ചോദിച്ചു:

"അമ്മയെവിടെ? എന്റെ അമ്മയെവിടെ?"

വീട് മൂകമായി നിന്നു. ഞാൻ മെല്ലെ അമ്മയുടെ മുറിയിലേക്ക് നടന്നു. വായുവിന് ചന്ദനത്തിരിയുടെ ഗന്ധമായിരുന്നു. മുറിയിൽ ജാലകത്തിനടുത്തായി ചേട്ടനെ കണ്ടു. ഇടതുഭാഗത്തായി രാധികയേയും ഗോപികയേയും ശാരികയേയും കണ്ടു. ശാരിക നിലത്തുകിടന്ന് ഉറങ്ങുകയായിരുന്നു. കുട്ടൻ രാധികയുടെ മടിയിലും.

എന്നെക്കണ്ടു ചേട്ടൻ പറഞ്ഞു:

"അമ്മ പോയി."

എവിടേയ്ക്കെന്നു ഞാൻ ചോദിച്ചതിന് ചേട്ടൻ നിസ്സഹായതയോടെ പറഞ്ഞു:

"അറിഞ്ഞുകൂടല്ലോ."

ഞാൻ വിറങ്ങലിച്ചപോലെ നിന്നു. നേരെ ജാലകത്തിനപ്പുറത്തായി ചിത കാണാമായിരുന്നു.

ഉറങ്ങിയപ്പോൾ തീയാളുന്ന ഉടലുമായി അമ്മ മുറിയിലേയ്ക്കു വന്നു. ഉറക്കെ കരഞ്ഞുകൊണ്ട് ഞാൻ ഞെട്ടിയുണർന്നു. എന്താണെന്നു ചേട്ടൻ ചോദിച്ചപ്പോൾ വാതിലിനു നേർക്ക് നോക്കിക്കൊണ്ട് ഞാൻ കരഞ്ഞു. മുറിയിലാകെ മുലപ്പാലിന്റെ മണം നിറഞ്ഞിരുന്നു. എന്റെ ദേഹം വിറയ്ക്കുന്നുണ്ടായിരുന്നു. ചേട്ടൻ എന്നെ ചേർത്തുപിടിച്ചു. ഞാൻ ചേട്ടന്റെ നെഞ്ചിലേയ്ക്ക് ചാരിക്കിടന്നു.

ചേട്ടൻ പതുക്കെ പറഞ്ഞു:

"അമ്മയെ അച്ഛൻ കൊന്നതാണ്."

ഞാൻ ഉൾക്കിടിലത്തോടെ മുഖമുയർത്തി. എന്റെ മുഖത്തേക്കു കണ്ണീർ വീഴ്ത്തിക്കൊണ്ട് ചേട്ടൻ തുടർന്നു:

"സ്നേഹിക്കാതെ... ഒരിറ്റു സ്നേഹംപോലും കൊടുക്കാതെ... ഒരു

നല്ല വാക്കുപോലും പറയാതെ... ഞാനിത് ഒരുദിവസം അച്ഛനോട് പറയും... ഉറക്കെ, മുഖത്തുനോക്കി..."

ചേട്ടന്റെ കണ്ണുകളിൽ നിന്ന് കണ്ണുനീർ ധാരധാരയായി ഒഴുകിക്കൊണ്ടിരുന്നു. ഞാനും കരയുകയായിരുന്നു.

"ഒരുപക്ഷേ, നമ്മൾ രണ്ടുപേരും ചേർന്നു അച്ഛനെ ഒരുദിവസം..."

ചേട്ടൻ പറഞ്ഞുതീർന്നില്ല; മുറിയിൽ വേറെയാരോ ഉണ്ടെന്ന് എനിക്കു തോന്നി. ചെവിയോർത്തപ്പോൾ ആരോ വിതുമ്പിക്കരയുന്നത് കേട്ടു. ഞങ്ങൾ സ്തബ്ധരായി ഇരുന്നു. അങ്ങനെ ഇരിക്കെ വിറയലാർന്ന ഒരു ശബ്ദം; ഒരു തേങ്ങൽ.

"അരുത്... മക്കളേ, അരുത്... അരുത്."

ഉറങ്ങാൻ വയ്യ

പോകൂ, പോകൂ... അയാൾ പക്ഷികളോട് പറഞ്ഞു.

അയാളുടെ ഉറക്കത്തിലെങ്ങും പക്ഷികളായിരുന്നു. അവയുടെ ചിറകടികൾ കേട്ട് അയാൾക്കുറങ്ങാൻ വയ്യാതായി. അയാൾ അവയെ ശപിച്ചുകൊണ്ട് എണീറ്റിരുന്നു. മുടിഞ്ഞ പക്ഷികൾ! അവ ഈ വയസ്സന്റെ ഉറക്കത്തിൽ വന്നുനിറയുന്നതെന്തിന്?

അയാൾ എണീറ്റിരുന്ന് തന്റെ പഴഞ്ചൻ കാക്കിയുടുപ്പിനെ സംശയത്തോടെ തുറിച്ചുനോക്കി. അത്തരമൊന്ന് അല്പം ദൂരെ മാറിയിരിക്കുന്ന തന്റെ ഭാര്യയുടെ കൈയിലും അയാൾ കണ്ടു. അവൾ അതിന്റെ കീറലുകൾ മനസ്സിരുത്തി തുന്നിക്കൂട്ടുകയാണ്. ഉച്ചയ്ക്കെന്നും അവൾ ഇങ്ങനെ വല്ല വേലയും കണ്ടെത്തും. അത് ഉറപ്പാണ്. അവൾക്കു തന്നെപ്പോലെ ഉച്ചമയക്കം വേണ്ട.

"കുടിക്കാനെന്തെങ്കിലും..." അയാൾ മുരളുന്നതുപോലെ പറഞ്ഞു.

സ്ത്രീ ഉടുപ്പ് അവിടെ തന്നെയിട്ട്, മരപ്പലകകൾകൊണ്ടു വേർതിരിച്ച അടുക്കളയിലേയ്ക്ക് ചെന്നു. അടുപ്പിന് മീതെ മൺകലത്തിൽ ചുക്കുവെള്ളം കരുതിവെച്ചിട്ടുണ്ട്. കിഴവന് ഉണർന്നുകഴിഞ്ഞാലുടൻ എന്തെങ്കിലും കുടിക്കണമെന്ന് നിർബന്ധമാണ്. കാപ്പി തന്നെ വേണമെന്നില്ല. എന്തെങ്കിലും മതി. അതുപക്ഷേ, ചൂടുള്ളതായിരിക്കണം.

"നാശം! എന്തൊരു ചൂട്!" അയാൾ ഗ്ലാസ്സ് തറയിൽ വച്ചു.

വീണ്ടും ഉടുപ്പെടുത്ത് സ്ത്രീ തുന്നാനിരുന്നു. വെള്ളത്തിന് ചൂട് ഇത്തിരി അധികമാണെന്നു തോന്നുന്നു. ഉവ്വ്, അതിനെന്താ, പതുക്കെ കുടിച്ചാൽ മതിയെന്നുവയ്ക്കണം. തിരക്കിട്ട് എങ്ങും പോകാനൊന്നുമില്ലല്ലോ.

എന്തു ചെയ്താലും അതിലൊക്കെ കുറ്റം കാണുകയെന്നത് ഒരു ശീലം തന്നെയായി മാറിയിരിക്കുന്നു കിഴവന്. നാവിൻതുമ്പിൽ ശകാരവും ശാപവും മാത്രം.

സ്ത്രീ മുഖം തെല്ലുയർത്തി. കിഴവൻ ഗ്ലാസ്സെടുത്ത് ഊതിയാറ്റുകയാണ്. കണ്ണുകൾ കയറ്റുകട്ടിലിനപ്പുറം ചാരിവെച്ച തോക്കിനുനേരെ.

ഇന്നു മഴ പെയ്യുമെന്ന് തോന്നുന്നില്ല. വെടിക്കു പോകണം. കാട്ടിനുള്ളിലെ നീരൊഴുക്കിന്റെ കരയിൽ എരണ്ടകൾ കാണും. വെടിയിറച്ചി കൊണ്ടുവന്നിട്ട് ദിവസം കുറെയായി. പുറത്ത് കൂട്ടിൽ കോഴികളുണ്ട്. അവയെ തിന്നാൻ കൊള്ളില്ല. വെറുതെ ചവച്ചിറക്കാം. അത്രതന്നെ. ഒരു സ്വാദുമില്ല. എന്നാൽ എരണ്ടയുടെ ഇറച്ചിയോർക്കുമ്പോൾ നാവിൽ വെള്ളമൂറുന്നു. അവൾ അത് ഒന്നാന്തരമായി പാകപ്പെടുത്തുകയും ചെയ്യും. പക്ഷേ, ഒരു കഷണംപോലും തൊടില്ല. ഇത്രയേറെ കൊല്ലം തന്റെ കൂടെ കഴിഞ്ഞിട്ടും ഈയൊരു പിടിവാശിയിൽ അവൾ ഉറച്ചുനിൽക്കുന്നു. എന്നാൽ ഇറച്ചി വായിലിട്ടു രുചിച്ചുനോക്കാതെ പാത്രത്തിൽനിന്നും ഉയരുന്ന ആവി മണത്ത് ഉപ്പും എരിവുമൊക്കെ കണിശമായി നിശ്ചയിക്കാനുള്ള കഴിവ് സമ്മതിച്ചുകൊടുത്തേ പറ്റൂ. അക്കാര്യത്തിൽ ഒരിക്കലെങ്കിലും അവൾക്കു പിഴച്ചതായി ഓർക്കുന്നില്ല. ഇന്ന് എരണ്ടകളെ കിട്ടിയാൽ പകുതി പൊരിച്ചെടുക്കാൻ പറയണം.

സ്ത്രീ എണീറ്റ് തെക്ക് വനത്തിനു നേരെയുള്ള മുറിയിലേയ്ക്കു നടന്നു. തുന്നിത്തീർന്ന ഉടുപ്പ് കയറ്റുകട്ടിലിനു മീതെയുള്ള അയലിൽ ഇട്ടു. ഒന്നും കാണാനായിട്ടല്ലെങ്കിലും ജാലകപ്പാളികൾ തള്ളിത്തുറന്നു. വെളിയിലെങ്ങും പച്ചനിറമാണ്. ഇരുണ്ട പച്ച. താഴെക്കൂടി ആരോ രണ്ടുപേർ നടന്നുപോകുന്നു. ഒരു ചെറുപ്പക്കാരനും പെൺകുട്ടിയും. മുഖങ്ങൾ വ്യക്തമല്ല. പച്ചത്തഴപ്പുകൾക്കപ്പുറം പാതിയുടലുകൾ മാത്രം കാണാം. പെൺകുട്ടിയുടെ മേൽവസ്ത്രം വെളുത്തതാണ്. അവന്റേതും വെളുത്തതാണ്. വഴിയിൽ അവരുടെ കുസൃതിമുറ്റിയ നീക്കങ്ങൾ. അവൾ ഓടിയകന്നപ്പോൾ അവൻ പിറകെ ചെന്നുപിടിച്ച് വഴിയാണെന്നൊന്നും ഓർക്കാതെ... സ്ത്രീ തന്നത്താൻ ചിരിച്ചുപോയി. പെൺകുട്ടി കളിയായി അവന്റെ മുഖത്തു തല്ലി വീണ്ടും ഓടിപ്പോവുകയാണ്. അവൻ കെറുവിച്ച മട്ടിൽ മുഖം തടവിക്കൊണ്ട് നിൽക്കുകയും. പാവം! അവൾ തിരികെ വന്ന് കവിളിൽ ചുണ്ടു ചേർത്ത് വിളിക്കും വരെ ഒരേ നിൽപ്പ്. പെട്ടെന്ന് പിന്നിൽ കാലൊച്ച കേട്ട് സ്ത്രീ നടുങ്ങിത്തിരിഞ്ഞു. കിഴവൻ അയലിലെ പഴന്തുണികൾ ചികയുന്നു. സ്ത്രീ ജാലകം മെല്ലെയടച്ച് മുറിയിൽ നിന്നും പുറത്തുകടന്നു. നേരത്തെ വിചാരിച്ചതു ശരിയായി. കിഴവൻ ഇന്ന് വെടിക്ക് പോയതുതന്നെ. കോളു കിട്ടിയാലും ഇല്ലെങ്കിലും നേരം ഏറെയിരുട്ടുന്നതിനു മുമ്പ്

തിരിച്ചെത്തിയാൽ മതിയായിരുന്നു:

അയാൾ തോക്കു വൃത്തിയാക്കിയത് ഒരുപാട് സമയമെടുത്താണ്. അതിന്റെ ഓരോ ഭാഗവും അയാൾ സൂക്ഷ്മമായി പരിശോധിച്ചു. സ്ത്രീ അടുക്കളയിൽ നിന്ന് രണ്ടുതവണ മുഖം നീട്ടുമ്പോഴും അയാൾ അളവറ്റ ശ്രദ്ധചെലുത്തി തന്റെ തോക്കിനെ പരിചരിക്കുകയായിരുന്നു.

സ്ത്രീ വീണ്ടും തെക്കേ മുറിയിലേയ്ക്ക് ചെന്നു ജാലകം തുറന്നു നോക്കി. താഴെ ആരുടെയും നിഴലില്ല. ചെറുപ്പക്കാരനും പെൺകുട്ടിയും എവിടെയോ മറഞ്ഞിരിക്കുന്നു. കാടു കാണാൻ പോയതാവും. ഒരുപക്ഷേ.... ഉം, എവിടെയെങ്കിലും പോകട്ടെ. സ്ത്രീ ജാലകമടച്ച് പിന്തിരിഞ്ഞു. കയറ്റുകട്ടിലിൽ ഒട്ടുനേരം ഇരുന്നു. അയലിലെ പഴന്തുണികൾ വെറുതെ അല്പം നീക്കിയിട്ടു. മുറിക്കു മരപ്പലകയുടെ മണം. അത് ഈ വീടിനാകെയുള്ളതാണ്. എവിടെ തിരിഞ്ഞാലും മരപ്പലകകളും അവയുടെ മണവും. അവയ്ക്കു വിയർക്കാറുണ്ടെന്ന് തോന്നുന്നു. ചിലപ്പോൾ മണം അതിരൂക്ഷമാകും.

അയാൾ തോക്കിന് എണ്ണപുരട്ടി വെറുതെ വിരൽ മണത്തു. അയാൾക്ക് എണ്ണയുടെ ഗന്ധം ഇഷ്ടമാണ്. ചിറി അല്പം ചരിച്ച്, ഒരു നേരിയ ചിരിയോടെ അയാൾ തോക്ക് മടിയിൽ ഉയർത്തിപ്പിടിച്ചു. ഇപ്പോഴും ഇവനൊരു വമ്പനാണെന്നതിൽ സംശയമില്ല. എത്ര എരണ്ടകളെ കാണാനിടയായാലും എന്തിന്, കാട്ടുപോത്തുകൾ തന്നെ വരട്ടെ, ഇവൻ വിരളില്ല.

സ്ത്രീ ഒരു നിഴലുപോലെ നടന്നുനീങ്ങുന്നത് അയാൾ ഇടയ്ക്ക് ശ്രദ്ധിച്ചു.

"നില്ക്ക്."

സ്ത്രീ നിന്ന് അയാളെ നോക്കി.

അയാൾ തോക്ക് തറയിലേക്ക് താഴ്ത്തിവച്ചുകൊണ്ട് പറഞ്ഞു:

"അരപ്പുകളൊക്കെ തയ്യാറാക്കിവയ്ക്കണം. പിന്നെ നേരം വൈകിക്കേണ്ട."

"ഉം."

"എണ്ണയുണ്ടല്ലോ?"

"ഉം."

"പൊരിക്കാൻ മാത്രം ഇല്ലന്നാ ചോദിച്ചെ."

അത് ഉറപ്പുവരുത്താൻ സ്ത്രീ അടുക്കളയോടു ചേർന്നുള്ള മരപ്പലകകളുടെ മണം കുറെക്കൂടി കടുത്ത കുടുസ്സായ മുറിയിലേയ്ക്ക് ചെന്നു. എണ്ണയുടെ തകരപ്പാത്രമെടുത്തു നോക്കി. ഓ, അയാൾക്കു

കൊണ്ടുവരാവുന്നതിലേറെ എരണ്ടകൾക്ക് ഇതുമതി.

"ഉണ്ട്."

"ങ്ഹാ"

"വേഗം വന്നേക്കണം."

ആ നിർദേശം കിഴവനിൽ നീരസമുളവാക്കി. നെറ്റി വികൃതമായി ചുളിഞ്ഞു. സ്ത്രീക്ക് അങ്ങനെ പറയേണ്ടിയിരുന്നില്ലെന്ന് തോന്നി. താൻ ഇവിടെ ഒറ്റയ്ക്കാണെന്നത് അങ്ങേർക്കും അറിയാവുന്നതാണല്ലോ. പിന്നെ, അങ്ങോട്ടു വല്ലതും കയറിപ്പറയുന്നത് ഇഷ്ടപ്പെടുകയുമില്ല.

അയാൾ ഏതാണ്ടു പിറുപിറുത്തും ധൃതിപ്പെട്ടും എഴുന്നേറ്റു. താഴെക്കിടന്ന വലിഞ്ഞുകോടിയ ടയർച്ചെരിപ്പുകൾ കാലുകളിൽ തിരുകിക്കയറ്റി. കിടക്കയിലുണ്ടായിരുന്ന ബീഡിയും തീപ്പെട്ടിയും ഉടുപ്പിന്റെ അയഞ്ഞ കീശയിൽ നിക്ഷേപിച്ചു. കുറിയ മുണ്ട് ഒന്നുകൂടി ഉറപ്പായി മടക്കിക്കുത്തി, തോക്കുമെടുത്തു പുറത്തിറങ്ങി. മഴ പെയ്യുമോ എന്നറിയാൻ ആകാശത്തേക്കു നോക്കി. അപ്പോഴേക്കും സ്ത്രീ അയാളുടെ നീണ്ട മരക്കാലുള്ള നരച്ച കുടയും തലയിൽ ചുറ്റാനുള്ള കമ്പിളിക്കീറും കൊണ്ടുവന്നു. അയാൾക്ക് കുടയുടെ ആവശ്യം വരില്ലെന്ന് തോന്നി. എങ്കിലും മഴയെക്കുറിച്ച് തെല്ലൊരു ആശങ്കയുണ്ടായിരുന്നതിനാൽ കുട വാങ്ങി ചുമലിൽ തൂക്കിയിട്ടു. കമ്പിളിക്കീറ് കഴുത്തിലൂടെ ചുറ്റി. കോഴിക്കൂടിനടുത്തേയ്ക്കു നീങ്ങിനിൽക്കുന്ന സ്ത്രീയെ ഒന്നുനോക്കി, ചൊടിയോടെ അയാൾ താഴ്വരയിലേയ്ക്ക് നടന്നു. അപ്പോൾ അയാളുടെ മനസ്സിൽ എരണ്ടകളല്ലാതെ മറ്റൊന്നുമുണ്ടായിരുന്നില്ല. അവയുടെ ചിറകടികൾ, കരച്ചിൽ, വെടിയൊച്ച കേൾക്കെയുണ്ടാകുന്ന വിറയൽ, വെടിയേറ്റവയുടെ നിലവിളികൾ; പിന്നെ മസാല ചേർത്തുപിടിപ്പിച്ച ഇറച്ചി എണ്ണയിൽ വേകുന്നതിന്റെ സുഖകരമായ ഗന്ധവും. അയാൾക്ക് ഉത്സാഹമേറി.

കാടിനു നേർക്കു നീളുന്ന ഒറ്റയടിപ്പാതയുടെ ഇരുപാർശ്വങ്ങളിലും പൊന്തകളുടെ എണ്ണമറ്റ കണ്ണുകളായി പൂക്കൾ വിരിഞ്ഞുനിന്നു. വഴി കടന്നുപോയ ആരോ നുള്ളിയെറിഞ്ഞ ഇലകളും പൂക്കളും മണ്ണിൽ ചിതറിക്കിടപ്പുണ്ടായിരുന്നു.

അയാൾ ഒരുവട്ടം തിരിഞ്ഞ് കാര്യമൊന്നുമില്ലാതെ, തന്റെ ഏകാന്തമായ വീടിനെ നോക്കി. അതിന്റെ മുൻവശത്ത് കോഴിക്കൂടിനരികിലായി അന്നേരവും അയാളുടെ ഭാര്യ നില്പുണ്ടായിരുന്നു. അയാൾക്കെന്തു കൊണ്ടോ അത് അരോചകമായിതോന്നി. അവൾക്കെ

ന്നാൽ, കോഴികൾക്ക് തീറ്റ വിതറുകയെങ്കിലും ചെയ്തുകൂടെ? ഒരുപക്ഷേ, അവൾ അങ്ങനെ ചെയ്തുകാണും. തന്റെ എല്ലാ ചുമതലകളും ചിട്ടയായും വെടിപ്പായും നിറവേറ്റുന്നുണ്ട് അവൾ, അയാൾ ഓർമിച്ചു. നാശം! ഒരു കഴുതയെപ്പോലെ വേല ചെയ്യുന്നു. എന്നിട്ടും സ്നേഹത്തോടെ ഒരു വാക്കുപോലും പറയാറില്ല താൻ. അവളതു പ്രതീക്ഷിക്കുന്നുമുണ്ടാവില്ല. ഇത്രയും കാലത്തിനുശേഷം ഇനിയതൊന്നും വയ്യ താനും.

അയാൾ കീശയിൽ കൈയിട്ട് ബീഡിയും തീപ്പെട്ടിയും പരതി. കിടക്കയ്ക്കുകീഴെ ഒരു പൊതി കഞ്ചാവിരിപ്പുള്ള കാര്യം അയാൾക്ക് പൊടുന്നനെ ഓർമവന്നു. അവൾ ഇറച്ചി പാകപ്പെടുത്തുന്നതിനിടയിൽ രണ്ടു ബീഡി പുകച്ചാൽ, ഒറ്റയിരുപ്പിന് ആനയെത്തന്നെ തിന്നൊടുക്കാനുള്ള വിശപ്പു കിട്ടും. ങ്ഹാ! ഇന്നേതായാലും വെറുംകൈയോടെ മടങ്ങുന്ന പ്രശ്നമേയില്ല. എത്ര വൈകിയാലും വേണ്ടില്ല. അയാൾ തീരുമാനിച്ചു. വിളിപ്പാടകലെ വനം അയാളെ കാത്തുനിന്നു. ഇലപ്പടർപ്പുകൾക്കും പായൽ പൊതിഞ്ഞ പാറകൾക്കും ഇടയിലൂടെ അയാൾ നടന്നു. ഏറെ വൈകാതെ വനവിസ്തൃതിയിൽ നഷ്ടപ്പെട്ടു.

അത്, വളരെയൊന്നും നിഗൂഢത ഭാവിക്കാത്ത, പക്ഷേ, തണുത്തിരുണ്ട, ഒരു വനമായിരുന്നു. ഇഴപിരിച്ചെടുക്കാനാവാത്തവണ്ണം ഒരുമിച്ചുചേർന്ന ശബ്ദങ്ങൾക്കിടയിൽ മരങ്ങളുടേയും മണ്ണിന്റേയും മൗനം വിറങ്ങലിച്ചുനിന്നു. മൗനത്തിന്റെ മൺപുറ്റുകളും വേരുകളും വളർന്നു. അവയൊക്കെയും പതിവിലേറെ തണുത്തതായി അയാൾക്കുതോന്നി. തണുപ്പ് ശരീരത്തിലേയ്ക്ക് കടക്കാതിരിക്കാൻ കമ്പിളിക്കഷണം കൊണ്ട് കാതുകൾ മറച്ചു. എന്നാൽ അടുത്ത ക്ഷണംതന്നെ, ശബ്ദങ്ങൾ വളരെ നേർത്തതായി തോന്നിയതിനാൽ, അയാളത് അഴിച്ചുമാറ്റി. ഒരു എരണ്ട എവിടെനിന്നോ ഒച്ചവയ്ക്കുന്നത് കേട്ടു. അയാൾ ചെവി വട്ടംപിടിച്ചുനിന്നു. ഉവ്വ്, നീരൊഴുക്കിന്റെ കരയിൽനിന്നുതന്നെ. എരണ്ടപ്പറ്റം അവിടെയുണ്ട്. അയാൾ വർധിച്ച ആവേശത്തോടെ കാൽ നീട്ടിവെച്ചു. തന്നെപ്പറ്റി അത്യധികമായ മതിപ്പുണ്ടായിരുന്നു അയാൾക്ക് അപ്പോൾ. കൊള്ളാം. ഞാൻ ശരിയായ നേരം നോക്കിത്തന്നെ വന്നിരിക്കുന്നു, അയാൾ വിചാരിച്ചു. കൊഴുത്ത എരണ്ടകളുടെ നേരം...

ധൃതിപ്പെട്ടു നടന്നു നീരൊഴുക്കിനെ സമീപിച്ചപ്പോൾ എരണ്ടകളുടെ ശബ്ദത്തിനു പകരം അയാളുടെ കാതുകളിൽ വന്നു വീണത് ഒരു പെൺകുട്ടിയുടെ ഉറക്കെയുള്ള ചിരിയാണ്. അയാൾ ഇടിവെട്ടേറ്റ

പോലെ നിന്നുപോയി. മരങ്ങൾക്കിടയിൽനിന്ന് അവിചാരിതമായി ഉയർന്ന ആ ചിരി അയാളിൽ സംഭ്രമം വളർത്തി. പക്ഷികളെ നായാടുന്നതോർത്തു മനസ്സിലുണ്ടായ ഉത്സാഹം നൊടിയിൽ ഇല്ലാതായി. എന്തെല്ലാമോ അശുഭചിന്തകൾ അയാളെ അലട്ടി. അല്പനേരം അങ്ങനെ നിന്നശേഷം, ഇരയറിയാതെ അതിനെ പിന്തുടരുന്ന ഒരു വന്യമൃഗത്തിന്റെ കരുതലോടെ, ശബ്ദം കേട്ട ദിശയിലേയ്ക്ക് പതുക്കെ നീങ്ങി. അയാൾ എരണ്ടകളെ അതിനകം മറന്നു കഴിഞ്ഞിരുന്നു.

എരണ്ടകളെ പാടേ മറന്ന്, മരങ്ങൾക്കും പൊന്തകൾക്കുമിടയിൽ പതുങ്ങി, അയാൾ ഇലകൾക്കിടയിലൂടെ കണ്ണുപായിച്ചു. അവിടെ നീരൊഴുക്കിൽ തുടിച്ചു പിടഞ്ഞുകൊണ്ടിരിക്കുന്ന ഒരു പെൺകുട്ടി ഒരു കല്ലിൽ തപസ്സിലെന്നോണം കണ്ണടച്ചിരിക്കുന്ന ചെറുപ്പക്കാരന്റെ നേർക്ക് ഇരുകൈകൾകൊണ്ടും വെള്ളം കോരിയൊഴിച്ച് ഉറക്കെ ചിരിക്കുകയായിരുന്നു. അവരുടെ വസ്ത്രങ്ങളും ഒരു തുണിസഞ്ചിയും ഏറെ അകലെയല്ലാതെ വേറൊരു കല്ലിൽ കാണാമായിരുന്നു. ഏറെക്കുറെ നഗ്നമായിരുന്നു അവരുടെ ഉടലുകൾ.

"സ്വാമീ!" പെൺകുട്ടി വിളിച്ചു.

ചെറുപ്പക്കാരൻ ധ്യാനത്തിൽ നിന്നുണർന്നു.

"മണുങ്ങൂസേ, മെഡിറ്റേഷനെന്നുവച്ചാൽ നിന്റെ പിള്ളേരു കളിയല്ല, കേട്ടോ."

"ഓ! പിന്നെ!"

"നീ പോടീ!" അവൻ പറഞ്ഞു.

എന്നിട്ട് കല്ലിനുമുകളിൽ എണീറ്റുനിന്ന് ലഘുവായ വ്യായാമമുറകൾ ആരംഭിച്ചു.

പെൺകുട്ടി പിന്നേയും വെള്ളം ചിതറിപ്പിച്ച് അവനെ ശുണ്ഠിപിടിപ്പിക്കാനുള്ള ശ്രമം തുടർന്നു. അവനാകട്ടെ അതൊന്നും ശ്രദ്ധിക്കാതെ, അത്യന്തം ഗൗരവത്തിൽ കുനിയുകയും നിവരുകയും കൈകൾ വീശുകയും മറ്റും ചെയ്തുകൊണ്ടിരുന്നു. അവൾ പരാജയം സമ്മതിച്ച്, നാവും വലതുകൈയും നീട്ടി അവനെ പരിഹസിക്കുന്ന ഒരു ശബ്ദമുണ്ടാക്കി, തന്നിലേയ്ക്കുതന്നെ മടങ്ങി. കൈകൾ വെള്ളത്തിലൂന്നി മലർന്നുകിടന്ന് കാലിട്ടടിച്ചു.

ചെറുപ്പക്കാരന്റെ ഏകാഗ്രത അധികനേരം നീണ്ടുനിന്നില്ല. തീർത്തും യാന്ത്രികമായി വ്യായാമം തുടരുന്നതിനിടയിൽ അവൻ പെൺകുട്ടിയുടെ നനഞ്ഞു തിളങ്ങുന്ന ഉടലിനെ നോക്കി. അഴിഞ്ഞു ചിതറിയ മുടിയും വശ്യമായ മുഖവും ചെറിയ മുലകളും വെള്ളത്തി

നുമീതെ ഉയർന്നു വന്നുകൊണ്ടിരുന്ന പാദസരങ്ങളും അവൻ സാകൂതം കണ്ടു.

അവൻ മാത്രമല്ല; അയാളും. അയാളുടെ ദേഹം വിറയ്ക്കുന്നുണ്ടായിരുന്നു.

ചെറുപ്പക്കാരൻ ആവേശത്തോടെ കല്ലിൽനിന്നും നീരൊഴുക്കിലേയ്ക്ക് ചാടി. പെൺകുട്ടിയുടെ വളരെയടുത്തുചെന്ന്, കൈ രണ്ടും എളിയിൽകുത്തി, ചെറ്റിട അവളെ നോക്കി. കുസൃതി കലർന്നൊരു ചോദ്യഭാവത്തിൽ അവൾ തിരിച്ചും. അപ്പോൾ അവൾ അലസമായി ജലത്തെ തല്ലി നോവിച്ചുകൊണ്ടിരുന്നു.

അവൻ കുനിഞ്ഞ് അതേ നിലയിൽ അവളെ ഉയർത്തി കരയിലേയ്ക്ക് നടന്നു. അവൾ കപടമായൊരു വെപ്രാളത്തിൽ പിടഞ്ഞുകൊണ്ട് അവന്റെ മുഖത്തിനു നേരെ കൈവീശുകയും ചുമലിൽ മെല്ലെ കടിക്കുകയും ചെയ്തു. പക്ഷേ, കരയിലെ പുൽക്കൂട്ടത്തിൽ അതീവ ശ്രദ്ധയോടെ അവൻ കിടത്തുമ്പോൾ അവൾ കണ്ണടച്ചു ചിരിക്കുകയായിരുന്നു.

അവളുടെ മുഖത്തേയ്ക്ക് ഉറ്റുനോക്കിക്കൊണ്ട് അവൻ തൊട്ടടുത്തിരുന്നു. അവന്റെ ഇനിയത്തെ നീക്കമെന്തെന്നറിയാൻ കണ്ണുകൾ പാതി തുറന്ന് അവൾ ഉപായത്തിൽ പിടഞ്ഞുമാറാൻ തുടങ്ങിയപ്പോൾ അവൻ അവളുടെ ഇരുചുമലിലും മുറുകെ പിടിച്ചു. പിന്നീട് അവളുടെ നനഞ്ഞ മാറിടത്തിലേയ്ക്ക് അതിവേഗം മുഖം കുനിച്ചു. അവൾ തല പുല്ലിൽ ഇരുവശത്തേയ്ക്കും ചരിച്ച്, നിയന്ത്രണംവിട്ട് ചിരിച്ചു; അവന്റെ ചുണ്ടുകൾ തടസ്സപ്പെടുത്തുവോളം.

അപ്പോൾ വൃദ്ധൻ തന്റെ മറവിടത്തിൽനിന്നും കടുത്ത അന്തഃക്ഷോഭത്തോടെ എഴുന്നേറ്റു. നീരസവും പകയും അയാളുടെ മുഖത്ത് കത്തിനിന്നു. കണ്ണുകൾ ഇടുങ്ങുകയും അവയുടെ ഉൾവശം താനേ ചുവക്കുകയും ചെയ്തു. അരിശംവന്ന് തോക്കു നീട്ടിവീശിക്കൊണ്ട് അയാൾ നടന്നു. നടക്കുന്നതിനിടയിൽ രണ്ടുമൂന്നു തവണ അയാൾ വേച്ചുവീഴാൻ പോയി. ദേഹത്തിന് അതിയായ തളർച്ച അനുഭവപ്പെട്ടു. എനിക്കു വയസ്സായി, അയാൾ വിചാരിച്ചു: ഞാൻ മരിക്കാറായി...

ലോകത്തോടു മുഴുവനും അയാൾക്ക് വിദ്വേഷം തോന്നി. തോക്കുയർത്തി ഒരു ലക്ഷ്യവുമില്ലാതെ നിറയൊഴിച്ചാലെന്തെന്നായി അയാളുടെ ചിന്ത. അതിന്റെ മുഴക്കം നീരൊഴുക്കിന്റെ കരയിലുള്ളവരെ നടുക്കാതിരിക്കില്ല. വേണമെങ്കിൽ അവിടെ നിന്നുകൊണ്ട് ഉന്നം പിഴ

യ്ക്കാതെ രണ്ടു പേരെയും.... അല്ലെങ്കിൽ എന്തിനായിട്ട്.... അയാൾ വനത്തിൽനിന്നു പുറത്തു കടന്ന് കിതച്ചുകൊണ്ട് വീടിനുനേർക്ക് നടന്നു. സന്ധ്യയ്ക്ക് മുമ്പുതന്നെ മഴ പെയ്യുമെന്ന് അയാൾ ഉറപ്പിച്ചു. ഉം, മഴ പെയ്യും. എരണ്ടകൾ യഥേഷ്ടം പറന്നുനടക്കും. കാട് നനഞ്ഞു നിൽക്കും. നീരൊഴുക്കിന് ഇനിയും കനം വയ്ക്കും. എല്ലാ അടയാളങ്ങളും മാഞ്ഞുപോകും. മഴ പെയ്തുകൊണ്ടിരിക്കും...

അടുക്കളയിൽ തനിച്ചിരുന്ന്, ഒട്ടും താല്പര്യമില്ലാതെ അരപ്പുകൾ ഒരുക്കുകയായിരുന്ന സ്ത്രീ, എന്തോ ഒച്ച കേട്ടുവെന്നുതോന്നി എത്തിനോക്കുമ്പോൾ, അയാൾ കയറ്റുകട്ടിലിൽ ലോകത്തോടാകെ കെറുവിച്ചിരിപ്പായിരുന്നു. താൻ കണക്കുകൂട്ടിയതിലും വളരെ മുമ്പേ അയാൾ വന്നുവെന്നത് സ്ത്രീയെ സന്തോഷിപ്പിച്ചു. എന്താണ് വേട്ടയാടിക്കൊണ്ടുവന്നതെന്നറിയാൻ അയാളുടെ കാൽക്കീഴിലും വാതിൽക്കലും കണ്ണോടിച്ചു. പക്ഷേ, ഒന്നും കണ്ടില്ല. എന്തുപറ്റിയെന്ന് ഓർത്തുനിന്നു. അപ്പോഴാണ് കാട്ടിൽനിന്നും വെടിയൊച്ചയൊന്നും കേൾക്കുകയുണ്ടായില്ലെന്ന് അവരോർമിച്ചത്. കുറച്ചുകൂടി അടുത്തേക്ക് ചെന്ന് ചോദിച്ചു:

“എന്തേ?”

അയാൾ ക്രുദ്ധനായി മുരണ്ടു:

“ഒന്നുമില്ല.”

സ്ത്രീ അരപ്പുപുരണ്ട തന്റെ കൈയിലേയ്ക്കുനോക്കി എന്തുചെയ്യണമെന്ന് നിശ്ചയമില്ലാതെ, പിന്തിരിയാൻ തുടങ്ങി. അയാൾ എണീറ്റു. എന്തോ തീരുമാനിച്ചെന്നോണം വെളിയിലേയ്ക്കു നടന്നു. സ്ത്രീ ആശങ്കയോടെ അയാളെ പിന്തുടർന്ന് വാതിൽക്കലോളം ചെന്നു.

അയാൾ കൂടു തുറന്ന് ഒരു കോഴിയെ ചിറകുതൂക്കി പുറത്തെടുത്തു. കരച്ചിൽ ഒഴുകിവന്നുകൊണ്ടിരുന്ന നനുത്ത കഴുത്ത്, തന്റെ ഇടതുകൈത്തണ്ടയിൽ ആഞ്ഞടിച്ച് അയാളതിനെ അനായാസമായി കൊന്നു. പിന്നീട് തറയിൽ കുനിഞ്ഞിരുന്ന്, മറ്റു കോഴികളെല്ലാം പകച്ചു വിളറി നോക്കി നിൽക്കെ, ആരോടോ പകപോക്കുന്ന വീറോടെ അയാൾ കഴുത്തൊടിഞ്ഞു തൂങ്ങിയ കോഴിയുടെ തൂവലുകൾ പിഴുതെടുക്കുകയായി. വേറെയെന്തോ ഓർത്തുകൊണ്ട്, ഒട്ടും മയമില്ലാതെ.

സ്ത്രീ ഒരു നെടുവീർപ്പോടെ തിരിഞ്ഞുനടന്നു. അവരുടെ മനസ്സിൽ ഇരുണ്ട നിഴലുകൾ വീണിരുന്നു. അടുക്കളയിൽ തനിക്കു ചെയ്തുതീർക്കാനുള്ള ജോലികളിലേയ്ക്ക് അവർ തിരിച്ചുപോയി. പക്ഷേ, മനസ്സിൽ കാറ്റുവീശി. നിഴലുകൾ ഇളകിക്കൊണ്ടിരുന്നു.

അയാൾ കോഴിയെ മുഖത്തിനു നേരെ ഉയർത്തി സശ്രദ്ധം തിരിച്ചും മറിച്ചും നോക്കി. അതു വെടിപ്പായിക്കഴിഞ്ഞിരുന്നു. അയാളതിനെ തൂക്കിപ്പിടിച്ച് അടുക്കളയിലേയ്ക്ക് നടന്നു. ഇറച്ചി നുറുക്കുകവരെ അയാൾ ചെയ്യേണ്ടിയിരുന്നു. അതിനുമുമ്പ് കോഴിയുടെ പുറംതൊലിയാകെ കരിച്ചെടുക്കണം. അയാൾ അടുപ്പിൽ തീകൂട്ടി. ആളുന്ന തീയിലേയ്ക്ക് കോഴിയെ നീട്ടിക്കാണിച്ചു. കോഴി വേറെ പോംവഴിയില്ലാതെ തീയ്ക്കു മുകളിൽ ഉയർന്നുനിന്നു. സ്ത്രീ വെറുപ്പോടെ മുഖംതിരിച്ചു. അയാൾ കോഴിയെ ഒരു കാലിൽ പിടിച്ച് കുത്തനെ നിർത്തി. അതിന്റെ ശിരസ്സ് തീയിൽ മുങ്ങി. സ്ത്രീ തന്റെ മുന്നിലെ അരക്കല്ലിൽ കണ്ണുനട്ടിരുന്നു. അതിന്റെ ശബ്ദം മുഴങ്ങി.

കോഴി കനമേറിയ ഒരു മരക്കഷണത്തിനുമീതെ, രണ്ടു പരുക്കൻ കൈകളുടെ സ്പർശത്തിൽ കണ്ണടച്ചു കിടന്നു. അയാൾ കാലുകളിൽ പിടിച്ച് ഉടൽ നെറുകെ പിളർന്നപ്പോഴും അതു കണ്ണു തുറന്നില്ല. മൂർച്ചയേറിയ ഒരു കത്തി ഉടലിൽ ചലിച്ചു തുടങ്ങിയപ്പോഴും അതുണർന്നില്ല. മരക്കഷണത്തിനു മീതെ ഉടൽ പരിത്യജിച്ച്, ഒരു വിശുദ്ധഗന്ധമായി, അത് അയാളിലേയ്ക്ക് വഴിതേടി.

ഇറച്ചി നുറുക്കുമ്പോൾ ഉയരുന്ന ഗന്ധം അയാളെ ലഹരിപിടിപ്പിക്കാറുണ്ടായിരുന്നു. പക്ഷേ, ഇന്നെന്തോ ഒരു ചടങ്ങു നിറവേറ്റുംമട്ടിലാണ് അയാളുടെ ഓരോ നീക്കവും. ഇടയ്ക്കിടെ അയാളെ ശ്രദ്ധിച്ചുകൊണ്ടിരുന്ന സ്ത്രീയ്ക്ക് അതറിയാനും കഴിഞ്ഞു. അതേ തുടർന്ന് അവരുടെ മനസ്സിലെ നിഴലുകൾ കുറേക്കൂടി ഇരുളുകയും അവയുടെ നേർക്കു വീശിക്കൊണ്ടിരുന്ന കാറ്റ് കുറേക്കൂടി ശക്തമാവുകയും ചെയ്തു. മുളകിന്റെ എരിവ് ശ്വാസത്തിൽ തട്ടി അവർ ചുമയ്ക്കാൻ തുടങ്ങി...

മഴക്കാർ താണുതൂങ്ങി സന്ധ്യ ആകപ്പാടെ ഇരുണ്ടിരുന്നു. കിഴവൻ അടുക്കളയിൽനിന്നും പിൻവാങ്ങി, തന്റെ കയറ്റുകട്ടിലിൽ ചടഞ്ഞിരുന്ന് ആഗ്രഹപൂർവം കഞ്ചാവുപൊതിയഴിച്ചു. കൊള്ളാം, അതു മണപ്പിച്ച് അയാൾ സ്വയം പറഞ്ഞു: “ഒന്നാന്തരം സാധനംതന്നെ.”

അതിൽനിന്നു കുറച്ചെടുത്ത് ഇടതുകൈവെള്ളയിലിട്ട് ശക്തിയായി ഞെരടി.

വളരെ സാവകാശത്തിൽ മൂന്നു ബീഡികൾ സജ്ജമാക്കി, അവശേഷിച്ച കഞ്ചാവു പൊതിഞ്ഞ് കിടക്കയ്ക്കടിയിൽ ഭദ്രമായി തിരുകിവെച്ച്, പുറത്തു പെയ്തുതുടങ്ങിയ മഴയെ നോക്കിക്കൊണ്ട് അയാൾ ഒരു ബീഡിക്ക് തീ പിടിപ്പിച്ചു. കട്ടിയുള്ള നീലപുക അയാളുടെയുള്ളിൽ

വേരുപായിച്ച് മുകളിലോട്ട് വളർന്നു.

തീ തള്ളിനീക്കി നിവർന്ന്, സ്ത്രീ അടുക്കളജാലകത്തിലൂടെ മഴ കണ്ടു.

അയാൾക്കു മീതെ പുക വളർന്നു.

സ്ത്രീ എന്തോ ഓർത്തുനിന്നു.

മഴ വാതിലിനു നേരെ വീശി.

അയാൾ ചെന്നു വാതിലടച്ചു.

തീ പതിഞ്ഞ ശബ്ദത്തിൽ ഏതോ പഴങ്കഥ പറയാൻ തുടങ്ങി. സ്ത്രീ കേട്ടിരുന്നു. ഒരു വിറകുചീളെടുത്ത് വെറുതെ ഉറ്റുനോക്കി. അതെ പണ്ടു പണ്ട്, എവിടെയോ...

അയാൾ വീണ്ടും വനത്തിലൂടെ നടന്നുപോയി. വനമധ്യത്തിലുള്ള നീർച്ചാലിന്റെ കരയിലെ പുൽപ്പടർപ്പിൽ രണ്ടു തിളങ്ങുന്ന ഉടലുകൾ ഒരുമിക്കുന്നത് അയാൾ യാദൃച്ഛികമായി കണ്ടെത്തി. ഇലകളുടേയും ചില്ലകളുടേയും കെട്ടുപിണഞ്ഞ വള്ളികളുടേയും മറവിൽനിന്ന് അയാൾ അവരുടെ അടുത്തേയ്ക്ക് ചെന്നു. ചെറുപ്പക്കാരൻ പെൺകുട്ടിയുടെ ചുണ്ടുകളിലും കവിളുകളിലും കണ്ണുകളിലും നെറ്റിയിലും മുലകളിലും മാറി മാറി ചുംബിച്ചുകൊണ്ടിരുന്നു. കിഴവൻ പതുക്കെ ചെന്ന്, തെല്ലു സംശയിച്ചുകൊണ്ട് അവന്റെ നനഞ്ഞ ചുമലിൽ തൊട്ടു. അവൻ തിരിഞ്ഞുനോക്കാതെയും മുഖമുയർത്താതെയും തന്റെ വലതുകൈകൊണ്ട് അയാളെ ശക്തമായി തള്ളി. അയാൾ ഒട്ടുദൂരെ പുല്ലിൽ മലർന്നടിച്ചുവീണു. കിതച്ചുകൊണ്ട് എണീറ്റിരുന്ന് അവരെ നോക്കി. പിന്നെ ഭീതിയോടെ, മുടന്തി നടന്നു. എത്രനേരം നടന്നിട്ടും വനത്തിൽ നിന്നും പുറത്തുകടക്കാൻ അയാൾക്കു സാധിച്ചില്ല. പുറത്തേയ്ക്കുള്ള വഴി അയാൾ മറന്നിരുന്നു. വഴിയറിയാതെ, ഇരുണ്ട മരങ്ങൾക്കിടയിലൂടെ അയാൾ ഉഴറി നടന്നു. കാട്ടുപക്ഷികളുടെ ചിറകടികൾ കേൾക്കാമായിരുന്നു...

അയാൾ ആഴമേറിയ മയക്കത്തിൽനിന്ന് വാതിലിൽ ആരോ തട്ടിയെന്നു തോന്നി കണ്ണുതുറന്നു. കാറ്റു വന്നടിച്ചതാവുമെന്നു കരുതി വീണ്ടും കണ്ണടച്ചു. എന്നാൽ അത് പിന്നേയുമുണ്ടായി. ആരോ തികഞ്ഞ അക്ഷമ വെളിവാക്കി വാതിലിൽ തട്ടുകയായിരുന്നു. അയാൾ അതിശയപ്പെട്ടു കൊണ്ട് എഴുന്നേറ്റു. മുറിയിൽ വെളിച്ചം നന്നേ കുറഞ്ഞിരുന്നു. അയാൾ ഇടറി നടന്ന് വാതിലിനടുത്തെത്തി.

പുറത്തുണ്ടായിരുന്നത് അവരായിരുന്നു. വനത്തിൽ അയാൾ കണ്ട ചെറുപ്പക്കാരനും പെൺകുട്ടിയും. മഴയിൽനിന്നോടിക്കയറി, വാതി

ലിന്റെ അരികുചേർന്ന്, നനഞ്ഞു വിറച്ചുകൊണ്ട് നിൽക്കുകയായിരുന്നു അവർ. നീല ജീൻസും വെളുത്ത ഷർട്ടുമായിരുന്നു പെൺകുട്ടിയുടെ വേഷം. നനഞ്ഞ ഷർട്ടിനടിയിൽ ബ്രേസിയർ തെളിഞ്ഞു കാണാമായിരുന്നു. ചെറുപ്പക്കാരൻ കടുംചുവപ്പു നിറത്തിലുള്ള ബനിയനും ജീൻസുമിട്ടു നിന്നു.

വാതിൽതുറന്ന്, ക്രൂരമായി തങ്ങളെ നോക്കുന്ന വൃദ്ധനോട് ഇരുവരും അത്യന്തം പരിചിതഭാവത്തിൽ ചിരിച്ചു. ഇരുവരുടേയും മുഖങ്ങളിൽ മഴ വെള്ളം ഉണ്ടായിരുന്നു.

"ശ്.. ശ്.. നനഞ്ഞുപോയി." ചെറുപ്പക്കാരൻ തന്റെ ദേഹത്തൊന്നു കണ്ണോടിച്ച് വിശദീകരണം പോലെ പറഞ്ഞു.

പെൺകുട്ടി ചുമലിൽ തൂങ്ങിക്കിടക്കുന്ന സഞ്ചി ഒട്ടുയർത്തി, അകത്തേയ്ക്കു നടക്കാൻ ഒരുമ്പെട്ടു.

പക്ഷേ...

അയാൾ വാതിൽ ചേർത്തടച്ചു കളഞ്ഞു. ചെറുപ്പക്കാരനും പെൺകുട്ടിയും അമ്പരന്നു പരസ്പരം നോക്കി. കൈകൾ മലർത്തി. രണ്ടുപേരുടേയും ചുമലുകൾ ഒരേസമയത്ത് ഉയർന്നുതാണു.

മഴ തുള്ളിമുറിയാതെ പെയ്യുകയായിരുന്നു. കാറ്റിൽ ഒരു കടന്നാക്രമണം പോലെ മഴ ഇരമ്പി വന്നപ്പോൾ പെൺകുട്ടി ചെറുപ്പക്കാരനെ ചുറ്റിപ്പിടിച്ചു; അവൻ വീഴാതിരിക്കാൻ അവളേയും.

അവരോട് തികഞ്ഞ ദാക്ഷിണ്യമില്ലാതെ പെരുമാറി, സ്വന്തം കട്ടിലിൽ കയറിപ്പറ്റിയ കിഴവനെ അസഹിഷ്ണുതയോടെ തറപ്പിച്ചുനോക്കിയ ശേഷം സ്ത്രീ വാതിലിനു നേർക്കു നടന്നു. അയാൾക്ക് സ്ത്രീയെ തടയാൻ ശബ്ദമുയർന്നില്ല. ശാപവും ശകാരവും നെഞ്ചിലൊതുക്കി ചാഞ്ഞുകിടന്നു.

ചെറുപ്പക്കാരനും പെൺകുട്ടിയും തമ്മിൽത്തമ്മിൽ മുഖമകറ്റി വാതിലിന്റെ നേരെ തിരിഞ്ഞു. സ്ത്രീ ചിരിയടക്കി അവരെ വീടിനുള്ളിലേയ്ക്ക് വിളിച്ചു:

"വാ മക്കളെ. മഴ നനയണ്ട."

പെൺകുട്ടി ഉത്സാഹഭരിതയായി.

"ഹായ്!"

അവൾ ചെറുപ്പക്കാരന്റെ കൈപിടിച്ച് മുറിയിലേയ്ക്ക് ചാടിക്കയറി. അവർക്ക് പിന്നാലെ മഴയും കയറാൻ ശ്രമിച്ചപ്പോൾ സ്ത്രീ തടഞ്ഞു. വാതിൽപ്പാളികൾ വീണ്ടും വലിച്ചുചേർത്തു തഴുതിട്ടു.

"ഇരുട്ടാ, ഇപ്പോ വിളക്കുകൊണ്ടുവരാം. നിങ്ങൾ ഇവിടെ നിൽക്ക്."

"ഓ..."

സ്ത്രീ തിടുക്കപ്പെട്ടു റാന്തൽ കത്തിച്ചുകൊണ്ടുവന്നു.

"നേരം അത്രയൊന്നുമായിട്ടില്ല. മഴയായിട്ടാ"

റാന്തൽ വെട്ടത്തിൽ, കട്ടിലിന്റെ കോണിലേക്ക് ചൂളിയൊതുങ്ങുന്ന വൃദ്ധനെ പെൺകുട്ടി ചെറുപ്പക്കാരന് കാട്ടിക്കൊടുത്തു.

"അങ്ങേരിതാ"

അതുകേട്ട് അയാൾ അതിരൂക്ഷമായി പെൺകുട്ടിയെ നോക്കി.

"സുഖമില്ലാതെ കിടക്വാണ്. നിങ്ങൾ ഇങ്ങോട്ടു വരൂ."

സ്ത്രീ റാന്തൽ നീട്ടി അവർക്ക് വഴി കാണിച്ചുകൊണ്ട് തന്റെ മുറിയിലേയക്ക് നടന്നു.

"ഉടുപ്പു മാറണ്ടേ നിങ്ങൾക്ക്? ആകെ നനഞ്ഞിരിക്കുവാണല്ലോ."

അതിനു വേറെ ഉടുപ്പൊന്നുമില്ല" ചെറുപ്പക്കാരൻ പറഞ്ഞു.

"നിങ്ങൾക്കു പറ്റുന്ന ഒന്നും ഇവ്ടേം ഇല്ല, ഒക്കെ പഴയ..."

സ്ത്രീ അയലിൽ പരതി.

"മുണ്ടു വേണേൽ തരാം."

"ഓ, വേണമെന്നില്ല. തീയിന്റെടുത്ത് കുറച്ചുനേരം ഇരുന്നാൽ മതി. ഉണങ്ങിക്കൊള്ളും." ചെറുപ്പക്കാരൻ പറഞ്ഞു.

പെൺകുട്ടി തലകുലുക്കി അത് ശരിവെച്ചു. അടുത്ത നിമിഷം തന്നെ എന്തോ ആലോചിച്ച്, സഞ്ചിയിൽനിന്നും തന്റെ ബാത്ത് ടവ്വൽ വലിച്ചെടുത്തു.

"ഞാൻ ഷർട്ടുണങ്ങുവോളം ഇത് പുതയ്ക്കും."

"ഹ ഹ"

ചെറുപ്പക്കാരൻ അവളെ ചിരിച്ചു കളിയാക്കി. എന്നാൽ അവളത് കാര്യമാക്കിയില്ല. പുറംതിരിഞ്ഞുനിന്ന് നനഞ്ഞ ഷർട്ട് അഴിച്ചുമാറ്റി ബാത്ത് ടവ്വൽ പുതച്ചു.

"ഇപ്പോഴോ?" അവൾ തിരക്കി.

ചെറുപ്പക്കാരൻ അതിനു മറുപടിയായി തന്റെ ചുവന്ന വസ്ത്രം ഉടലിൽ നിന്നു നീക്കി. അതു കഴിഞ്ഞ് ജീൻസും നീക്കാൻ ഭാവിച്ചപ്പോൾ പെൺകുട്ടി അവനെ പിടിച്ചുതള്ളി.

"നടക്ക്"

സ്ത്രീ ചിരിച്ചുകൊണ്ട് മുന്നിൽ നടന്നു.

"കേട്ടോ, ആളു മന്ദബുദ്ധിയാ." പെൺകുട്ടി അവരോടായി പറഞ്ഞു: അതിനു ഓർക്കാപ്പുറത്ത് ഒരു കിഴുക്കു കിട്ടി.

"ഓയ്!"

അവൾ അരിശത്തോടെ കൈ നീട്ടിയപ്പോൾ അവൻ പിറകോട്ടു മാറി, ഉച്ചത്തിൽ ചിരിച്ചു. അവളും അവനോട് ചേർന്നു.

"പതുക്കെ. തല തട്ടാതെ നോക്കണേ." സ്ത്രീ അടുക്കള വാതിൽ കടന്ന് റാന്തൽ നീട്ടിക്കാണിച്ചുകൊണ്ട് പറഞ്ഞു.

അടുക്കളയിലാകെ വെന്തുകൊണ്ടിരിക്കുന്ന കോഴിയുടെ ഗന്ധമായിരുന്നു. ചെറുപ്പക്കാരനും പെൺകുട്ടിയും മുഖത്തോടുമുഖം നോക്കി ഉന്മേഷദായകമായ ആ അറിവ് കൈമാറി.

"ഇതാ ഇവിടെ ഇരുന്നോളൂ."

"ശരി."

കൈയിലെടുത്ത നനഞ്ഞ ഉടുപ്പുകൾ തീയ്ക്കുനേരെ നിവർത്തിപ്പിടിച്ചുകൊണ്ട് അടുപ്പിനടുത്ത് ഗൗരവപൂർവം ഇരുന്നു, രണ്ടുപേരും.

"ഇതെന്താ പച്ചക്കറിയാണോ?" അടുപ്പിനു മുകളിലുള്ള പാത്രം നോക്കി, നിഷ്കളങ്കമായൊരു കൗതുകം ഭാവിച്ചുകൊണ്ട് ചെറുപ്പക്കാരൻ ചോദിച്ചു.

"വഴുതിനങ്ങ" പെൺകുട്ടി പറഞ്ഞു.

"ഉവ്വോ?" അവൻ സ്ത്രീയുടെ നേർക്കു തിരിഞ്ഞു.

"കോഴിയിറച്ചിയല്ലേ അത്."

"ഓ" ചെറുപ്പക്കാരൻ ഒച്ചയെടുത്തു. തുടർന്ന് പെൺകുട്ടിയുടെ തെറ്റിദ്ധാരണ നീക്കാൻ തുനിഞ്ഞു.

"വഴുതിനങ്ങ അല്ല. കേട്ടോ."

"നല്ല മണംണ്ട്."

"വെന്തുകാണില്ല."

"വേകാറായി" സ്ത്രീ വേറൊരു ചെറിയ വിളക്ക് കണ്ടെടുക്കുന്നതിനിടയിൽ പറഞ്ഞു. "നിങ്ങൾക്ക് വിശക്കുന്നുണ്ടാകും, അല്ലേ? ഇപ്പോ ചോറുതരാം."

"അതൊന്നും വേണ്ട. ഞങ്ങൾ മഴ മാറിയാലങ്ങ് ഇറങ്ങിപ്പോയ്ക്കോളാം." ചെറുപ്പക്കാരൻ പറഞ്ഞു.

"ഈ രാത്രിയിലോ? അത് പറ്റില്ല. ഇന്നിവിടെ ഉള്ള സൗകര്യത്തിനൊക്കെ കഴിഞ്ഞ് നാളെ വെളുപ്പിന് പോകാം."

"നിങ്ങൾക്ക് വെറുതെ വിഷമമാകും." പെൺകുട്ടി പറഞ്ഞു.

"എന്ത് വിഷമം? ആരുമില്ലാതെ ഞാനാകെ മടുത്തിരിക്ക്വാരുന്നു."

"ഇവിടെ നിങ്ങൾ രണ്ടുപേരും മാത്രമേ ഉള്ളൂ?"

"ഉം. രണ്ടുപേരും മാത്രം."

"മക്കളില്ലേ?"

സ്ത്രീ മിണ്ടിയില്ല.

പെൺകുട്ടി ഒട്ടൊരു സങ്കടത്തിൽ ചെറുപ്പക്കാരനെ നോക്കി.

സ്ത്രീ ചെറിയ വിളക്കു കത്തിച്ചുവച്ച്, റാന്തലുമായി നിവർന്നു.

"ഞാനിത് അപ്പുറത്തുവച്ചുവരാം. മൂപ്പര് കിടക്കുന്നുണ്ടല്ലോ."

അവർ പൊയ്ക്കഴിഞ്ഞപ്പോൾ പെൺകുട്ടി പറഞ്ഞു:

"അവരൊരു നല്ല സ്ത്രീയാ."

"പക്ഷേ, കിഴവൻ ഒരുമാതിരി..."

"ഉവ്വ്..."

ചെറുപ്പക്കാരൻ വലതുകൈ നീട്ടി. ബാത്ത്ടവ്വലിനടിയിലൂടെ അവളുടെ ഉടൽ സ്പർശിച്ചു. ബ്രേസിയറിന്റെ മൃദുലമായ അരികുകളിലൂടെ വിരൽ നീങ്ങി.

പെൺകുട്ടി അവന്റെ കൈ തട്ടിമാറ്റി എണീറ്റ് ഷർട്ട് ധരിച്ചു. അവൻ ഉടുപ്പ് തീയുടെ നേരെ നീട്ടി അനങ്ങാതിരുന്നു. അവൾ ബാത്ത് ടവ്വൽ അവന്റെ തലയിലിട്ട് പുറത്തുകടന്നു.

ഇങ്ങേ മുറിയിൽ സ്ത്രീ കിഴവനെ അനുനയിപ്പിക്കാനുള്ള പാഴ്ശ്രമത്തിലായിരുന്നു. അയാൾ വാശി പിടിച്ചെന്നോണം ചുവരിനു നേർക്ക് ചരിഞ്ഞുകിടന്നു. റാന്തൽ നീട്ടിപ്പിടിച്ചുകൊണ്ട് വിഷണ്ണയായി നിന്നു, സ്ത്രീ.

പെൺകുട്ടി അടുത്തുചെന്ന് സ്ത്രീയുടെ ചുമലിൽ കൈവച്ചു. സ്ത്രീ അവളെ നോക്കി. അവരുടെ കണ്ണുകളിൽ അവൾ എന്തെന്നില്ലാത്ത നിസ്സഹായത നിഴലിച്ചുകണ്ടു. അവൾക്ക് അത് ദുരൂഹമായി തോന്നി. അവൾ കിഴവനെ മെല്ലെ തട്ടിവിളിച്ചു: "ഏയ്!"

അവളുടെ വിരലുകൾ മുതുകിൽ തട്ടി, ശബ്ദം കാതുകളിൽ വീണു, ഒരു പിടച്ചിലോടെ അയാൾ തിരിഞ്ഞുനോക്കി.

പെൺകുട്ടി സൗഹൃദത്തിൽ ചിരിച്ചു.

"ഊണു കഴിക്കണ്ടേ?"

കിഴവൻ അസ്പഷ്ടമായി ഒരു ശാപവാക്കുരുവിട്ടു. അത് സ്ത്രീയുടെ ദിശയിലേയ്ക്കുള്ളതായിരുന്നു.

പെൺകുട്ടി ഒച്ചയോടെ ചിരിച്ചുകൊണ്ട് അയാളുടെ കൈപിടിച്ചു. "എഴുന്നേറ്റാട്ടെ. കൊച്ചുകുട്ടികളെപ്പോലെ ഇങ്ങനെ തുടങ്ങിയാലോ! ങ്ഹേ!"

അതിശയം! അയാളതിനു വഴങ്ങുകതന്നെ ചെയ്തു. സാവധാനം എഴുന്നേറ്റിരുന്ന അയാളുടെ താടിയിൽ കുട്ടികളെ കൊഞ്ചിക്കുന്നതുപോലെ തൊട്ടുഴിഞ്ഞ് പെൺകുട്ടി വിജയമാഘോഷിച്ചു. സ്ത്രീയുടെ

മുഖവും പ്രകാശമാനമായി. എന്നാൽ കിഴവന് ഭാവഭേദമില്ല. കവിളെല്ലുകൾ വിറപ്പിച്ചു കൊണ്ട് അയാളിരുന്നു. മറ്റൊന്നും ചെയ്യാനില്ലാതെ, അലക്ഷ്യമായി തന്റെ ഉടുപ്പുകൾ വലിച്ചു താഴ്ത്തി.

"ശരിയായി. ഇനി ചോറു വിളമ്പിയാട്ടെ." പെൺകുട്ടി സ്ത്രീയോട് നിർദേശിച്ചു. പിന്നെ അയാളെ സാന്ത്വനപ്പെടുത്തി: "അതുവരെ ഞാൻ ഇവിടെയിരിക്കാം. എന്താ?"

സ്ത്രീ ചുവരിനരികെ ഉണ്ടായിരുന്ന പഴയ കൂട കമിഴ്ത്തി, റാന്തൽ അതിന്റെ മീതെ വച്ച് കിഴവനേയും പെൺകുട്ടിയേയും ഒരു തവണ നോക്കി, അടുക്കളയിലേയ്ക്ക് നടന്നു. അയാൾ പെൺകുട്ടിയോട് ഒരു വാക്കും ഉരിയാടിയില്ല; മുഖത്ത് നോക്കിയതുപോലുമില്ല. അവൾ ലാഘവചിത്തയായി അയാൾക്കരികെ ഇരുന്നു. പെട്ടെന്ന് എന്തോ ഓർത്തിട്ടെന്നോണം ഓടിപ്പോയി മുൻവാതിൽ തുറന്ന് വെളിയിലേയ്ക്ക് നോക്കി.

"ഓ എന്തിരുട്ട്! നോക്ക്."

അയാൾ പക്ഷെ, അതുകാണാൻ ചെന്നില്ല. വെളിയിലെ ഇരുട്ട് അയാൾക്ക് ഏറെ പരിചിതമായിരുന്നു.

അപ്പോൾ അത്യുത്സാഹത്തിൽ എന്തോ ചവച്ചുകൊണ്ട് ചെറുപ്പക്കാരൻ വന്നു. ബാത്ത്ടവ്വലും ഉടുപ്പും ചുമലിൽ ഇട്ടിരുന്നു. കിഴവനെ സംശയത്തോടെയൊന്ന് നോക്കി, നേരെ പെൺകുട്ടിയുടെ അടുത്തേയ്ക്ക് ചെന്നു. എന്താണെന്ന് ചോദിച്ചുകൊണ്ട് അവളുടെ മെലിഞ്ഞ അരക്കെട്ടിൽ കൈ ചേർത്തു. അവൻ ഇറച്ചി തിന്നുകയാണെന്ന് കണ്ട് അവൾ പറഞ്ഞു: "കൊതിയൻ! പാത്രത്തിൽനിന്നുതന്നെ-"

അവൾ പറഞ്ഞുതീരുംമുമ്പ് വലതുകൈയിൽ കരുതിയിരുന്ന ഇറച്ചിത്തുണ്ട് അവളുടെ വായിൽ തിരുകി. അവൾ ചിരിച്ചു. ഇരുവരും പുറത്തു നിറഞ്ഞ ഇരുട്ടിനെ ഉറ്റുനോക്കി. പിറകിൽ കിഴവൻ മെല്ലെ മുഖമുയർത്തി. ചെറുപ്പക്കാരന്റെ കൈ അവളുടെ ഉടലിൽ ചേർന്നിരിക്കുന്നത് കണ്ടു.

"എന്തൊക്കെ കാണും ഈ ഇരുട്ടിൽ?" പെൺകുട്ടി പറഞ്ഞു.

"ഭൂതം, പ്രേതം, പിശാചുക്കൾ."

ചാറ്റൽ മഴ പെയ്തുകൊണ്ടിരുന്നു. തണുത്ത കാറ്റ് വീശി. എന്തെല്ലാമോ ശബ്ദങ്ങൾ ഉയർന്നുകേട്ടു.

"പേടിയാകുന്നു." പെൺകുട്ടി പറഞ്ഞു.

"അത്രയ്ക്ക് പേടിക്കാനൊന്നുമില്ല. കൂടെ ഞാനില്ലേ?" ചെറുപ്പക്കാ

രൻ അവളെ ചേർത്തുപിടിച്ചുകൊണ്ട് ആശ്വസിപ്പിച്ചു. അവൾ അവന്റെ ചുമലിൽ കൈകൾ കോർത്ത് നെഞ്ചിൽ മുഖമുരുമ്മി.

ഒരു വിഭ്രാന്തിയിൽ കിഴവൻ കണ്ണുകൾ ചിമ്മിത്തുറന്നു. ചെറുപ്പക്കാരൻ പെൺകുട്ടിയെ വാരിയെടുത്ത് ഇരുട്ടിലേയ്ക്കിറങ്ങുകയാണ്. അവരെ തടഞ്ഞുനിർത്താനായി അയാൾ തിടുക്കപ്പെട്ടു. പക്ഷേ, അവർ വാതിൽക്കൽത്തന്നെ നിൽപ്പുണ്ടായിരുന്നു. അയാൾ ഉള്ളാലെ സ്വയം ശപിച്ചുകൊണ്ട് സ്വസ്ഥാനത്തേയ്ക്ക് മടങ്ങി.

“മാറിനിൽക്ക്. വാതിലടക്കട്ടെ.” പെൺകുട്ടി പറഞ്ഞു.

“ഞാനത് പറയാൻ തുടങ്ങുകയായിരുന്നു.” ചെറുപ്പക്കാരൻ തിരിഞ്ഞുനിന്നു.

കയറ്റുകട്ടിലിനരികെ ചുവരിൽ ചാരിവെച്ചിരുന്ന തോക്ക് അവന്റെ കണ്ണിൽപെട്ടത് ആ സമയത്താണ്.

“ഇതുകണ്ടോ നീ?”

അവൻ വിസ്മയത്തോടെ അതു കൈയിലെടുത്ത് പെൺകുട്ടിയുടെ നേരെ ഉന്നം പിടിക്കുമ്പോൾ, കിഴവൻ മുറുമുറുത്തു.

“അതവിടെ വയ്ക്ക്.”

അയാളുടെ ശബ്ദത്തിലെ നീരസം വളരെ പ്രകടമായിരുന്നു.

പെൺകുട്ടി അവന്റെ കൈയിൽനിന്നും തോക്ക് പിടിച്ചുവാങ്ങി. അവൻ അയാളുടെ അടുത്തുകൂടി.

“വെടിക്കു പോകാറുണ്ടോ?”

അയാൾ ഒന്നു രൂക്ഷമായി നോക്കിയതല്ലാതെ, മറുപടി പറഞ്ഞില്ല.

“എനിക്കും ഇഷ്ടമാണ്. പക്ഷേ, സമയം വേണ്ടേ?”

അവന്റെ വീമ്പു പറച്ചിൽകേട്ട് കീഴ്ച്ചുണ്ട് മലർത്തിക്കാണിച്ചുകൊണ്ട് പെൺകുട്ടി അടുക്കളയിലേക്ക് പോയി. അവൻ തന്റെ ഗൗരവം വിടാതെ കട്ടിലിലൂടെ കൈനീക്കി. ഒരു തടിയൻ ബീഡി കൈയിൽ തടഞ്ഞു. അതിന്റെ വലിപ്പം അവനെ അതിശയം കൊള്ളിച്ചു.

“മറ്റവനാ, അല്ലേ?” അവൻ ഒച്ചയടക്കി ചോദിച്ചു.

അയാൾ തെളിഞ്ഞില്ല.

“മഴ പെയ്യുമ്പോൾ ഇത്രയും നല്ലൊരു കൂട്ട് വേറെ കിട്ടില്ല. എങ്ങനെ, കൊള്ളാമോ?” അവനത് ഉടുപ്പിന്റെ പോക്കറ്റിൽ നിക്ഷേപിച്ചു. “വലിക്കുന്നത് അവൾ കാണാതെ വേണം. ചോറ് തിന്നിട്ടാവട്ടെ.”

തനിയെ കട്ടിലിൽ ഇരുന്നുതന്നെ കിഴവൻ തന്റെ അത്താഴം കഴിച്ചു. പെൺകുട്ടിയും ചെറുപ്പക്കാരനും താഴെ റാന്തലിനടുത്തായി ഇരുന്നു. സ്ത്രീ തെല്ലകലേയും. ചെറുപ്പക്കാരനു ഭക്ഷണത്തിനിടയിലും

അടങ്ങിയിരിക്കാനായില്ല. വലിയൊരു കഷണം ഇറച്ചിയെടുത്ത് അവൾക്ക് നീട്ടുക, വായിൽ കൊള്ളാവുന്നതിലും എത്രയോ വലിയ ചോറുരുള തീർക്കുക, പെൺകുട്ടിയുടെ മുമ്പിലെ പാത്രങ്ങളിൽനിന്നും കടന്നെടുക്കുക എന്നിങ്ങനെ...

കിഴവൻ തനിക്കു കിട്ടിയ വിഹിതത്തിൽ മാത്രം ശ്രദ്ധ പതിപ്പിച്ചു. താഴെയുള്ളവരെ അസഹ്യതയോടെ നോക്കി, ഒന്നു രണ്ടു പ്രാവശ്യം. എന്നാൽ അവരയാളെ ശ്രദ്ധിച്ചതേയില്ല. തങ്ങളിൽത്തന്നെ മുഴുകിയിരുന്നു. തെല്ലകലെ വെളിച്ചത്തിൽനിന്നുമകന്ന് നിശ്ശബ്ദം ഭക്ഷണം കഴിച്ചുകൊണ്ടിരുന്ന സ്ത്രീയുടെ ദൃഷ്ടി മറ്റു മൂന്നുപേരിലേയ്ക്കും മാറി മാറി ചലിച്ചു.

ഊണുകഴിഞ്ഞ് സ്ത്രീയും പെൺകുട്ടിയും പാത്രങ്ങൾ കഴുകിക്കൊണ്ടിരിക്കുമ്പോൾ, ചെറുപ്പക്കാരൻ ബദ്ധപ്പെട്ട്, താൻ കൈക്കലാക്കിയ ബീഡിയെടുത്ത് പുകച്ചു. കിഴവന് നീട്ടിയപ്പോൾ അയാൾ വേണ്ടെന്ന് പറഞ്ഞു. അവന് ഒറ്റയ്ക്കുതന്നെ അത് വലിച്ചുതീർക്കേണ്ടിവന്നു. ബീഡി തീരുംമുമ്പ് തലയ്ക്ക് കനം തോന്നിത്തുടങ്ങി. അവൻ പറഞ്ഞു: "നല്ല ഫിറ്റാ."

പാത്രങ്ങളൊക്കെയും താൻതന്നെ കഴുകിക്കൊള്ളാമെന്ന് സ്ത്രീ പറഞ്ഞെങ്കിലും പെൺകുട്ടി സമ്മതിച്ചില്ല.

"അതുവേണ്ട, ഞാനും സഹായിക്കാം." അവൾ പറഞ്ഞു.

സ്ത്രീ ആ ശാഠ്യത്തിനു വഴങ്ങി. അടുക്കളയുടെ വടക്കുപുറത്തു പാത്രങ്ങളുമായി അവർ ഇരുന്നു.

"നിങ്ങൾ നേരത്തേ താഴേക്കൂടി പോണത് ഞാൻ കണ്ടിരുന്നു."

"ഉവ്വോ?"

"എങ്ങോട്ടുപോയി?"

"വെറുതെ കാടുവരെ."

"ചുറ്റിനടന്നു, ഇല്ലേ?"

"നീരൊഴുക്കിലിറങ്ങി കുളിക്കുകേം ചെയ്തു."

"നിങ്ങളുപോയി കുറച്ചുകഴിഞ്ഞപ്പോൾ ഇവിടുത്തെ ആൾ തോക്കുംകൊണ്ട് അങ്ങോട്ട് വന്നിരുന്നു."

"കാട്ടിലേയ്ക്കോ?"

"ഉം. ഇടയ്ക്കൊരു തോന്നലാണ്. തോന്നിക്കഴിഞ്ഞാൽ പിന്നെ വിളിച്ചാൽക്കൂടി നിൽക്കില്ല. മുമ്പ് നല്ല വെടിക്കാരനായിരുന്നു."

"ഞങ്ങൾ ഇന്ന് വെടിയൊച്ചയൊന്നും കേട്ടില്ലല്ലോ?"

"ഞാനും കേട്ടില്ല. അരപ്പു തയ്യാറാക്കിവെയ്ക്കാൻ പറഞ്ഞാ ഇറ

ങ്ങിയത്. അതിന്റെ പണി തീർന്നില്ല; അതിനുമുമ്പെ ആളുണ്ട് മടങ്ങി വരുന്നു. ചോദിച്ചപ്പൊ ഒന്നുമില്ലാന്നു മാത്രം പറഞ്ഞു. എന്തു പറ്റിയോ ആവോ? വലിയ ദേഷ്യത്തിലായിരുന്നു വന്നുകയറിയതുതന്നെ."

പെൺകുട്ടി ആശങ്കയോടെ ഓർത്തു: "അയാൾ ഒരുപക്ഷേ..."

"എന്താ?"

"ഒന്നുമില്ല."

അവൾ വിളിച്ചപ്പോൾ, താഴെ ചുവരോട് ചേർന്നിരുന്ന്, ഉറങ്ങാൻ തുടങ്ങിയിരുന്ന ചെറുപ്പക്കാരൻ ഉണർന്നു. കയറ്റു കട്ടിലിൽ കിഴവൻ ഉറങ്ങിയതുപോലെ ചുരുണ്ടുകിടന്നു.

"ഉറങ്ങണോ?" പെൺകുട്ടി ചോദിച്ചു.

അവൻ തലകുലുക്കി.

"എന്നാൽ ഇവിടെയിരുന്നുതന്നെ ഉറങ്ങിക്കോ."

"അതുവേണ്ട. നിങ്ങൾക്ക് ആ മുറിയിൽ കിടക്കാം. ഞാൻ ഇവിടെ യെങ്ങാനും കിടന്നോളാം." സ്ത്രീ പറഞ്ഞു. പിന്നീട് തന്റെ മുറിയിൽക ടന്ന് കുറെ പഴന്തുണികൾ ഒരു പായയിൽ ചുരുട്ടി പുറത്തേയ്ക്കെടു ത്തു. അത് അവർക്ക് കിടക്കുന്നതിനായിരുന്നു. തന്റെ കൈയിലെ ചെറിയ വിളക്ക് അവർ പെൺകുട്ടിയടെ നേർക്ക് നീട്ടി.

"അവിടെ ഒരു പായയും തലയിണയും മാത്രമേ ഉള്ളൂ. കട്ടിലിലോ തറയിലോ വിരിക്കാം. നിങ്ങളുടെ ഇഷ്ടംപോലെ."

പെൺകുട്ടി വശ്യമായി ചിരിച്ചു.

ചെറുപ്പക്കാരൻ കണ്ണുതിരുമ്മിയും കോട്ടുവായിട്ടും മുറിയിലേയ്ക്ക് നടന്നു.

സ്ത്രീ പെൺകുട്ടി മാത്രം കേൾക്കാൻ പറഞ്ഞു:

"വാതിലടച്ചോളൂ."

വാതിലടഞ്ഞപ്പോൾ സ്വയം മന്ദഹസിച്ചുകൊണ്ട് സ്ത്രീ തന്റെ കിട പ്പിന് വട്ടംകൂട്ടി. റാന്തൽ തലയ്ക്കൽ തിരി താഴ്ത്തിവച്ച് കണ്ണടച്ചുകി ടന്നു.

പെൺകുട്ടി ജാലകം തുറന്ന് ഇരുട്ടിനെ നോക്കി. അപ്പോഴും മഴ മാറിയിരുന്നില്ല. ജാലകത്തിന്റെ മരയഴികളിലൂടെ ഈറൻകാറ്റ് കടന്നു വന്ന് പെൺകുട്ടിയെ വിറകൊള്ളിച്ച. ചെറുപ്പക്കാരൻ പിന്നിൽനിന്ന് അവളെ ചുറ്റിപ്പിടിച്ച്, പിൻകഴുത്തിൽ പൊള്ളുന്ന ചുണ്ടമർത്തി. ഒരി ക്കൽക്കൂടി അവളുടെ ഉടലാകെ വിറയൽ പടർന്നു...

ചിറകുകൾ ആഞ്ഞുവീശിക്കൊണ്ട് പിന്നെയും പക്ഷികൾ വരിക യായിരുന്നു. കിഴവൻ ഉറക്കംവരാതെ തിരിഞ്ഞുകിടന്നു. ഈ പക്ഷി

കൾ എന്നെ ഉറങ്ങാൻ വിടില്ല. അയാൾ ഓർത്തു. വേണ്ട. ഞാൻ ഉറങ്ങാതിരിക്കാം. അയാൾ തലയുയർത്തി സ്ത്രീയെ നോക്കി. തിരി താഴ്ത്തിയ റാന്തലിനരികെ അവൾ ഗാഢനിദ്രയിൽ. എത്ര പെട്ടെന്ന്!

അയാൾ ഒച്ചയുണ്ടാക്കാതെ എണീറ്റ് വാതിൽ തുറന്നു. മഴ കുറേശ്ശെയുണ്ട്. അതു വകവയ്ക്കാതെ ഇരുട്ടിൽ കുന്തിച്ചിരുന്ന് മൂത്രമൊഴിച്ചു. പിറകിൽ അവരുറങ്ങുന്ന മുറി. അതിനകത്തുനിന്നും പെൺകുട്ടിയടെ നേർത്ത ചിരി. അയാളൊരു കള്ളനെപ്പോലെ നടന്ന് ജാലകത്തിനടുത്തെത്തി. ഇപ്പോൾ കുറച്ചുകൂടി വ്യക്തമായി കേൾക്കാം...

മുറിയിൽ ചെറുപ്പക്കാരനും പെൺകുട്ടിയും വിവസ്ത്രരായി അന്യോന്യം തേടുകയായിരുന്നു.

അയാൾ മഴ പെയ്യുന്നതറിയാതെ ജാലകത്തിനടുത്തുനിന്നു.

ചെറുപ്പക്കാരന്റെ മുതുകിൽ പോറലുകൾ വീണു. പക്ഷേ, അവൻ ചിരിച്ചു. അവന്റെ ചിരിയിലേയ്ക്ക് പെൺകുട്ടിയുടെ നാവ് നീണ്ടുചെന്നു. റാന്തലിന്റെ തിരി നീട്ടി സ്ത്രീ എഴുന്നേറ്റു. കട്ടിൽ ഒഴിഞ്ഞിരിക്കുന്നതും കതക് തുറന്നുകിടക്കുന്നതും അറിഞ്ഞ് ആശങ്കയായി. റാന്തലുമെടുത്ത് പുറത്തേയ്ക്ക് നടന്നു. അരികുപറ്റി തെക്കുവശത്തേക്ക് നീങ്ങി.

അയാൾ പരുങ്ങലോടെ സ്ത്രീയെ നോക്കി. സ്ത്രീയുടെ കണ്ണുകൾ അമ്പരപ്പുകാട്ടി. അയാൾ മഴയിലൂടെത്തന്നെ നടന്ന് വീടിനുള്ളിൽ കയറി. പിന്നാലെ സ്ത്രീയും. അയാൾ കട്ടിലിൽ ചാരിയിരുന്ന് ഒരു ബീഡിയെടുത്തു. അയാളുടെ കൈകൾ വിറച്ചിരുന്നു. സ്ത്രീ വാതിലടച്ച് അയാളുടെ നേർക്ക് തിരിഞ്ഞു. അയാൾ ബീഡി കത്തിക്കുന്നതും നോക്കി അല്പസമയം നിന്നു. പിന്നെ റാന്തൽ കൂടയുടെ മുകളിൽ കൊണ്ടുപോയി വച്ചു. അയാൾ സ്ത്രീയെ ശ്രദ്ധിക്കാതെ പുകയൂതി. അവർ കട്ടിലിനോട് ചേർന്നു നിന്നു.

“എന്താ നിങ്ങൾക്ക്?” അവർ ചോദിച്ചു. വളരെ പതുക്കെയായിരുന്നിട്ടും അതിന് വല്ലാത്തൊരു മുഴക്കമുണ്ടായിരുന്നു.

അയാൾ പിശാചുബാധിച്ചതുപോലെ ചാടിയെണീറ്റ് സ്ത്രീയുടെ കഴുത്ത് കടന്നുപിടിച്ചു. അതിന്റെ ആഘാതത്തിൽ സ്ത്രീ പിറകോട്ടു വേച്ചുപോയി. കഴുത്തുഞെരിച്ചുകൊണ്ട് അയാൾ അവരെ നിലത്തേയ്ക്ക് ആഞ്ഞുതള്ളി. സ്ത്രീ നിലത്ത് വീണ് വേദനയിലും ഭീതിയിലും കരഞ്ഞു.

അയാൾ നാലുപാടും നോക്കി. തോക്കുകണ്ടപ്പോൾ മുഖത്തൊരു

തിളക്കമുണ്ടായി. സ്ത്രീ ഭയപ്പാടോടെ നിരങ്ങി മാറാൻ തുടങ്ങി. അവരുടെ കണ്ണുകൾ നിറഞ്ഞിരുന്നു. ആ... തോക്കിൻപാത്തികൊണ്ട് കഴുത്തിലും തലയിലും അടിയേറ്റ് കരച്ചിൽ ചിതറി.

വാതിൽ തുറന്ന് ആദ്യമെത്തിയത് പെൺകുട്ടിയാണ്. വായിൽ നിന്നും മുടിയ്ക്കുള്ളിലെ മുറിവിൽനിന്നും ചോരയൊഴുക്കി പിടയുകയായിരുന്ന സ്ത്രീയുടെ അരികിലേയ്ക്ക് ഒരു നിലവിളിയോടെ അവളോടി. അവളുടെ പിന്നാലെ വന്ന ചെറുപ്പക്കാരൻ വാതില്ക്കൽ പകച്ചുനിന്നു.

പെൺകുട്ടി ഉറക്കെ കരഞ്ഞുകൊണ്ട് സ്ത്രീയുടെ മുഖത്ത് കൈകൾ ചേർക്കുമ്പോൾ, കിഴവൻ തോക്ക് വലിച്ചെറിഞ്ഞ്, മുൻവാതിൽ തുറന്ന്, ഇരുട്ടിലേയ്ക്ക് ഓടിയിറങ്ങി.

ഇരുട്ടിലൂടെ എവിടേയ്ക്കോ, എവിടേയ്ക്കോ...

ചുഴലിക്കാറ്റിന്റെ വരവ്

ചാവുകടലിന്റെ തീരത്തെ ഗുഹകളിൽ നിന്ന് ചരിത്രപ്രധാനമായ തുകൽച്ചുരുളുകൾ കണ്ടെത്തിയതുപോലെ കുരിശുങ്കൽ ഔസേപ്പ് ഒരു ദിവസം ഉച്ചതിരിഞ്ഞ നേരത്ത് തന്റെ വീടിന്റെ തട്ടിൻപുറത്ത് നിന്ന് വളരെ യാദൃച്ഛികമായി ഒരു പഴയ ഗ്രന്ഥം കണ്ടെടുത്തു. അത് തട്ടിൻപുറത്ത് വടക്കുകിഴക്കു കോണിലായി പൊടിയിൽ പാടേ മറഞ്ഞുകിടക്കുകയായിരുന്നു. സംശയപൂർവം കൈയിലെടുത്ത് പൊടി തട്ടിക്കളഞ്ഞ് മെഴുകുതിരിവെട്ടത്തിൽ പരിശോധിച്ചപ്പോൾ തുകൽ ബയന്റിട്ട ഒരു കുടുംബബൈബിളാണ് താൻ കണ്ടെത്തിയതെന്ന് ഔസേപ്പ് തിരിച്ചറിഞ്ഞു.

അയാൾ കൗതുകത്തോടെ അതിന്റെ താളുകൾ മറിക്കാൻ തുടങ്ങി.

“സൂര്യൻ അസ്തമിച്ച് ഇരുട്ടായശേഷം ഇതാ പുകയുന്ന ഒരു തീച്ചൂള; ആ ഭാഗങ്ങളുടെ നടുവേ ജ്വലിക്കുന്ന ഒരു പന്തം കടന്നുപോയി.” അയാൾ ഒരു താളിൽനിന്ന് വായിച്ചു.

“വൈകുന്നേരത്ത് യിസഹാക്ക് ധ്യാനിപ്പാൻ വെളിമ്പ്രദേശത്തു പോയിരുന്നു. അവൻ തലപൊക്കി ഒട്ടകങ്ങൾ വരുന്നത് കണ്ടു. റിബെക്കയും തലപൊക്കി യിസഹാക്കിനെ കണ്ടിട്ട് ഒട്ടകപ്പുറത്തുനിന്ന് ഇറങ്ങി. അവൾ ദാസനോട് വെളിമ്പ്രദേശത്തു നമ്മെ എതിരേറ്റുവരുന്ന പുരുഷൻ ആരെന്നു ചോദിച്ചതിന് എന്റെ യജമാനൻ തന്നെ എന്നു ദാസൻ പറഞ്ഞു. അപ്പോൾ അവൾ ഒരു മൂടുപടം എടുത്തുതന്നെ മൂടി.” അയാൾ ഉൽപത്തി പുസ്തകത്തിൽത്തന്നെയുള്ള മറ്റൊരു ഭാഗം വായിച്ച് വീണ്ടും താളുകൾ നീക്കി.

താളുകൾ അതിവേഗം നീങ്ങിക്കൊണ്ടിരുന്നു. ഗ്രന്ഥത്തിന്റെ അവസാനമായി. അപ്പോഴാണ് അച്ചടിച്ച ചെറിയ അക്ഷരങ്ങൾക്കുപകരം വടിവുറ്റ കയ്പടയിൽ കുറിക്കപ്പെട്ട കുറെയേറെ വാക്യങ്ങൾ ഔസേ

പ്പിന്റെ കണ്ണിൽപ്പെട്ടത്. താൻ ജനിക്കുന്നതിനെത്രയോ മുമ്പ് തന്റെ വല്യപ്പൂപ്പനായ കുരിശുങ്കൽ ഇട്ട്യേര ഹൃദയപരമാർഥതയോടെ കുറിച്ചുവച്ച കുടുംബവിവരങ്ങളാണ് താൻ കാണുന്നതെന്ന് അയാൾക്കു പെട്ടെന്നുതന്നെ ബോധ്യമായി. അങ്ങിങ്ങ് പല വാക്കുകളും മാഞ്ഞിരുന്നുവെങ്കിലും ഒട്ടുമിക്ക വിവരങ്ങളും വായിച്ചെടുക്കാവുന്നതായിരുന്നു. കുരിശുങ്കൽ കുടുംബത്തിലെ ജനനങ്ങളും മരണങ്ങളും വിവാഹം, മാമോദീസ തുടങ്ങിയ വിശേഷങ്ങളും ചില ചാർച്ചക്കാരെ സംബന്ധിക്കുന്ന കാര്യങ്ങളും അവിടെ രേഖപ്പെടുത്തിയിരിക്കുന്നത് ഔസേപ്പ് അത്യധികമായ താൽപര്യത്തോടെ വായിച്ചു. പെട്ടെന്ന് അയാളുടെ കണ്ണുകൾ ഒരു വാകൃത്തിൽ ഉടക്കി. അയാൾ നിർത്തി നിർത്തി വായിച്ചു: "കളപ്പുരയ്ക്കൽ ഈശോ വർക്കിക്ക് എഴുപത്തഞ്ചുരൂപ എട്ടണ സഹായമായി നൽകി."

അങ്ഹാ! തട്ടിൻപുറമാകെ ഒരു വ്യാക്ഷേപകധ്വനി മുഴങ്ങി. കളപ്പുരയ്ക്കൽ കുടുംബത്തിലെ ഒരാൾക്ക് തന്റെ വല്യപ്പൂപ്പൻ അന്നത്തെ നിലയ്ക്ക് സാമാന്യം വലുതായ ഒരു തുക സഹായമായി നൽകിയെന്നോ! അങ്ങനെയൊരു കാര്യം യഥാർഥത്തിൽ സംഭവിക്കയുണ്ടായോ! ഔസേപ്പ് വികാരാവേശത്തോടെ ഒരിക്കൽകൂടി അതു വായിച്ചുനോക്കി. ഇല്ല. സംശയിക്കാനില്ല. കുരിശുങ്കൽ കുടുംബത്തിലെ ജനനമരണങ്ങൾപോലെ ഇക്കാര്യവും സംഭവിച്ചതുതന്നെ. ഔസേപ്പ് ഉറപ്പിച്ചു.

അയാൾ ഉടനെ ചെയ്തത് താഴെ ഉച്ചമയക്കത്തിലായിരുന്ന ശോശാമ്മയെ ഉറക്കെ വിളിക്കുകയാണ്.

ശബ്ദം കേട്ട് ശോശാമ്മ പകച്ചുണർന്നു. അവൾ ഉറങ്ങാൻ കിടന്നത്, ചിതലരിച്ചുതുടങ്ങിയ ഏണി വെളിയിൽനിന്നെടുത്തുകൊണ്ടുവന്ന് അതു തട്ടിൻപുറത്തേയ്ക്ക് ചാരിവെച്ച് ചൂലും മുറവും മെഴുകുതിരിയും തീപ്പെട്ടിയുമൊക്കെയെടുത്ത് ഔസേപ്പ് മുകളിലോട്ടു കയറിപ്പോകുന്നത് കണ്ടുകൊണ്ടാണ്. സൂക്ഷിക്കണേ എന്ന് അവൾ വിളിച്ചുപറയുകയും ചെയ്തിരുന്നു.

അയാൾ തന്നെ ഉച്ചത്തിൽ വിളിക്കുന്നത് കേട്ടപ്പോൾ ശോശാമ്മ പെട്ടെന്നു കരുതിയത് തട്ടിൻപുറത്തുവെച്ച് അയാൾക്കെന്തോ അപകടം പിണഞ്ഞുവെന്നാണ്. വല്ല വിചിത്ര ജന്തുവും അവിടെ പതുങ്ങിക്കിടപ്പുണ്ടായിരുന്നെങ്കിലോ! ശോശാമ്മ ചാടിപ്പിടഞ്ഞെഴുന്നേറ്റു.

അപ്പോഴേയ്ക്കും ഏണിയുടെ മുകളിലെ പടിയിലേയ്ക്ക് ഔസേപ്പ്

കാൽനീട്ടി. പിന്നെ ദേഹമാസകലം പൊടിപുരണ്ട നിലയിൽ അയാൾ ദുരിശത്തിൽ താഴേയ്ക്കിറങ്ങി.

"എടീ, ഇതു കണ്ടോ നീ?" അയാൾ കൈയിലെ ഗ്രന്ഥത്തിൽ കളപ്പുരയ്ക്കൽ ഈശോവർക്കിയെക്കുറിച്ചുള്ള പരാമർശം ചൂണ്ടിക്കാണിച്ചുകൊണ്ട് ഭാര്യയോട് ചോദിച്ചു.

"എന്നതാ ഇത്?" ശോശാമ്മയ്ക്ക് തെല്ല് അമ്പരപ്പു തോന്നി.

"വായിച്ചുനോക്ക്" എന്നു പറഞ്ഞ് ഔസേപ്പ് ചൂടിക്കട്ടിലിൽ ചെന്നിരുന്ന് സഗൗരവം ഒരു ബീഡി കത്തിച്ചു.

ശോശാമ്മ കുടുംബവിവരങ്ങൾക്കിടയിലൂടെ കണ്ണോടിച്ച് അയാൾ ചൂണ്ടിക്കാട്ടിയ വാക്യം പൂർണമായും വായിച്ചു. ഫലമോ? അവൾ ആശ്ചര്യചകിതയായി.

"നേരാണോ ഇത്" അവൾ അയാളുടെ മുഖത്തേക്കു ഉറ്റുനോക്കി.

"പിന്നല്ലാതെ! വല്യപ്പൂപ്പൻ സ്വന്തം കൈപ്പടേല് എഴുതിവച്ചതല്ലേ.." അയാൾ മുഖത്ത് വളരെ ആത്മാഭിമാനം പ്രകടിപ്പിച്ചുകൊണ്ട് ശരീരമൊന്നു നിവർത്തി.

എന്താണ് അവർ തമ്മിൽ പറയുന്നതെന്ന് അന്വേഷിച്ച് അവരുടെ മൂത്തമകൾ റീത്താമ്മ അങ്ങോട്ടുവന്നു. സമുന്നതസമൂഹത്തിൽപെടുന്ന കളപ്പുരയ്ക്കൽ കുടുംബം കുറെ വർഷങ്ങൾക്കുമുമ്പ് ഏതു നിലയിലായിരുന്നുവെന്ന് കാണിക്കുന്ന ഒരു അപൂർവരേഖ തനിക്കു ലഭിച്ചിരിക്കുന്നതായി ഔസേപ്പ് അവളെ അറിയിച്ചു.

"ഇട്ട്യേര വല്യപ്പൂപ്പൻ അവർക്ക് എഴുപത്തഞ്ചുരൂപ എട്ടണ ദാനമായി കൊടുത്തു. അതിൽനിന്നാ ഇന്നു കാണുന്ന സർവവും അവര് ഉണ്ടാക്കിയത്. അവര്ടെ കൊട്ടാരംപോലുള്ള വീടും ഹോട്ടലും ബാറും ആഭരണക്കടേം സിനിമാക്കമ്പനീം പ്രസ്സും കാറും ലോറീം എല്ലാം." അയാൾ ഉൾക്ഷോഭത്തോടെ വിശദമാക്കി.

റീത്താമ്മ മൂക്കത്തു വിരൽ വെച്ചുപോയി.

"കർത്താവേ!" അവൾ അത്ഭുതം കൂറി.

"കഴിഞ്ഞ ഞായറാഴ്ച കുർബാനയ്ക്ക് കളപ്പുരയ്ക്കൽ അവിറാച്ചന്റെ പെമ്പ്രന്നോരുണ്ടല്ലോ, ആ തടിച്ചി, അവളെന്റെ തൊട്ടടുത്തായിരുന്നു. എന്നെയൊന്ന് നോക്കിയേച്ച് അവളെന്തോ ദേഷ്യംപോലെ മുഖംവെട്ടിച്ചുകളഞ്ഞു. പാവങ്ങളുടെ അടുത്തുനിന്ന് പ്രാർഥിക്കുന്നത് അവൾക്ക് കുറച്ചിലല്ലേ" ശോശാമ്മ ഈർഷ്യയോടെ പറഞ്ഞു.

"എന്തൊരു നെഗളിപ്പാ! അവരുടെ ഒരു മോളില്ലേ, ആമ്പിള്ളേരെ

പ്പോലെ മുടി കത്രിച്ചവള്, അവളുടെ ഭാവം കണ്ടാ തോന്നുക വേറെ യേതോ ലോകത്തുനിന്ന് ഇറങ്ങിവന്നതാന്നാ." റീത്താമ്മ പറഞ്ഞു.

"അവിരാച്ചന്റെ ആളുകൾ ഒരിക്കൽ കുരിശുങ്കൽ കുടുംബത്തിന്റെ മുന്നില് കൈനീട്ടി നിന്നവരാണെന്നറിഞ്ഞല്ലോ, മതി." ശോശാമ്മയുടെ ശബ്ദത്തിൽ സംതൃപ്തി തുളുമ്പി.

"ഞാനിത് കുഞ്ഞൂഞ്ഞിനെക്കൂടിയൊന്ന് അറിയിക്കട്ടെ." ഔസേപ്പ് പറഞ്ഞു.

അയാൾ താൻ കണ്ടെടുത്ത കുടുംബബൈബിളുമായി അപ്പോൾ തന്നെ അനുജൻ കുഞ്ഞൂഞ്ഞിന്റെ സമീപത്തേയ്ക്ക് പുറപ്പെട്ടു. ഉല്ലാസത്തോടെ വഴിതാണ്ടുന്ന ഒരു പുൽച്ചാടിയെപ്പോലെ അയാൾ മുന്നോട്ടുനീങ്ങി.

ഏറെയകലെയല്ല കുരിശുങ്കൽ കുഞ്ഞൂഞ്ഞിന്റെ പൊറുതി. കള്ള വാറ്റിന് ജയിൽശിക്ഷ കഴിഞ്ഞുവന്ന് കഷ്ടിച്ച് രണ്ടുമാസമാകുന്നതേയുള്ളൂ. എന്നാൽ ശിക്ഷ കിട്ടിയെന്നുവച്ച് കുഞ്ഞൂഞ്ഞിന് മാനസാന്തരമൊന്നും ഉണ്ടായിട്ടില്ല. വീടിനടുത്തുള്ള കൈത്തോടിന്റെ കരയിലെ പൊന്തകൾക്കിടയിൽ നിന്ന് പുകപൊങ്ങുന്നതുകണ്ടപ്പോൾ വീട്ടിലേക്ക് പോകാതെ ഔസേപ്പ് അങ്ങോട്ടുനടന്നു.

"എടാ കുഞ്ഞൂഞ്ഞേ, നീ എന്നായെടുക്കുവാ?" അയാൾ അകലെ നിന്ന് വിളിച്ചുചോദിച്ചു.

"ഞാനിവിടിരുന്നു പ്രാർഥിക്കുകാ" കുഞ്ഞൂഞ്ഞ് അടക്കിച്ചിരിച്ചു കൊണ്ട് പറഞ്ഞു.

പകൽവെളിച്ചത്തിൽ എന്തോ അത്യാവശ്യകാര്യത്തിനിറങ്ങിയ ഒരു കുറുക്കൻ അതുവഴി പാഞ്ഞുപോയി.

ഔസേപ്പ് കൈത്തോടിനു കുറുകെയുള്ള തടിപ്പാലം കടന്നു.

"ഒരു പ്രാർഥനാപുസ്തകോം കൊണ്ടാ ഞാൻ വന്നിരിക്കുന്നത്" അയാൾ കുഞ്ഞൂഞ്ഞിന്റെ മുന്നിലെത്തി. തുകൽ ബൈൻഡിട്ട ഗ്രന്ഥം ഉയർത്തിക്കാണിച്ചു പറഞ്ഞു.

കുഞ്ഞൂഞ്ഞ് മിഴിച്ചുനിന്നു.

"തമാശയല്ല, നോക്ക്" ഔസേപ്പ് കുനിഞ്ഞിരുന്ന് കുടുംബബൈബിളിന്റെ താളുകൾ മറിച്ച് കുഞ്ഞൂഞ്ഞിനെ കാട്ടി.

"കണ്ടോ, കണ്ടോ" ഇടയ്ക്കിടയ്ക്ക് അയാൾ സഹോദരനോട് ചോദിച്ചു.

"ചേട്ടന് വട്ട് കയറീന്നാ തോന്നുന്നത്." കുഞ്ഞൂഞ്ഞ് കെറുവോടെ

മുഖം തിരിച്ച് മുനങ്ങി.

ഔസേപ്പിന് രസംപിടിച്ചു. കുഞ്ഞൂഞ്ഞിനെ പിന്നേയും കുറേനേരം കൂടി വിശുദ്ധഗ്രന്ഥം കാട്ടി ശുണ്ഠിപിടിപ്പിച്ചാലോ എന്ന് മനസ്സിലോർത്തെങ്കിലും അയാൾ പെട്ടെന്നുതന്നെ ഒരു വീണ്ടുവിചാരമുദിച്ച് കാര്യത്തിലേയ്ക്ക് കടന്നു.

"കളപ്പുരയ്ക്കൽ അവിരാച്ചനെപ്പറ്റി നിന്റെ അഭിപ്രായമെന്നതാ?" അയാൾ ഗൗരവഭാവത്തിൽ ആരാഞ്ഞു.

"ചേട്ടനിത് എന്തിന്റെ അസുഖമാ?" കുഞ്ഞൂഞ്ഞിന് കലികയറി.

"താനടങ്ങ്. ഒരു പ്രധാനപ്പെട്ട കാര്യമുണ്ട്. പറയാം. അതിനുമുമ്പ് താൻ അവിരാച്ചനെപ്പറ്റിയുള്ള അഭിപ്രായം പറ."

"അങ്ങേരല്ലേ, എക്സൈസുകാരെ വിളിച്ച് എന്നെ പിടിപ്പിച്ചത്. എനിക്ക് അങ്ങേരെപ്പറ്റി മോശം അഭിപ്രായമുണ്ടാകുമോ? അങ്ങേരെ കഴിച്ചല്ലേ കുടുംബമഹിമയിലും സ്വത്തിലും ഈ ദേശത്ത് ആരെങ്കിലുമുള്ളൂ. മാർബിളുകൊണ്ടല്ലേ അങ്ങേര് പള്ളി സെമിത്തേരിയിലെ കുടുംബകല്ലറ പണിതത്. ഉം. അതുപോട്ടെ, കാര്യമെന്തോന്നാ? മനുഷ്യനെയിട്ടു ഒരുമാതിരി കുരങ്ങുകളിപ്പിക്കാതെ തെളിച്ചുപറഞ്ഞാട്ടെ."

നേരത്തെ വാറ്റിവച്ചിരുന്നതിൽനിന്ന് ഒരു ഗ്ലാസ്സ് ചാരായം പകർന്ന് കുഞ്ഞൂഞ്ഞ് ജ്യേഷ്ഠന് നൽകി.

ഔസേപ്പ് അത് നിരസിച്ചില്ല. ഒറ്റവീർപ്പിന് അയാൾ ഗ്ലാസ് കാലിയാക്കി.

കുഞ്ഞൂഞ്ഞ് ഒരു ഇലയിൽ പൊതിഞ്ഞുകൊണ്ടുവന്ന വറുത്ത പോർക്ക് അയാൾക്ക് നീട്ടി. അതിൽനിന്ന് അല്പമെടുത്ത് സ്വാദോടെ ചവച്ചുകൊണ്ട് അയാൾ കുറെ പതിറ്റാണ്ടുകൾക്കപ്പുറത്ത് കുരിശുങ്കൽ കുടുംബത്തിന്റെയും കളപ്പുരയ്ക്കൽ കുടുംബത്തിന്റെയും സത്യമായ അവസ്ഥ എന്തായിരുന്നുവെന്ന് വിവരിക്കാൻ തുടങ്ങി. തങ്ങളുടെ കുടുംബത്തിനുണ്ടായിരുന്ന അളവറ്റ സമ്പത്ത് എങ്ങനെ ചോർന്നുപോയെന്നതിനെക്കുറിച്ച് അയാൾക്ക് വിശദീകരണമൊന്നും ഉണ്ടായിരുന്നില്ല. എങ്കിലും വാരിക്കോരി ദാനംചെയ്യുന്നത് ശീലമാക്കിയ ഇട്ട്യേര വല്യപ്പൂപ്പനിൽനിന്നാണ് അതിന്റെ തുടക്കമെന്ന് അയാൾ ഊഹിച്ചു. കളപ്പുരയ്ക്കൽ കുടുംബം സാമ്പത്തികമായും സാമൂഹ്യമായും അഭിവൃദ്ധിപ്പെട്ടത് വല്യപ്പൂപ്പന്റെ സഹായം പറ്റിയാണ്. ചുരുക്കത്തിൽ കളപ്പുരയ്ക്കൽ കുടുംബത്തിന്റെ ഇന്നത്തെ നായകനായ അവിരാച്ചൻ, അബ്കാരി കോൺട്രാക്റ്ററും ഒരു ബാർ അറ്റാച്ച്ഡ് ഹോട്ടലിന്റേയും

ആഭരണക്കടയുടേയും പ്രിന്റിംഗ് പ്രസ്സിന്റെയും ചലച്ചിത്രവിതരണക്കമ്പനിയുടേയുമൊക്കെ ഉടമയുമായ അയാൾ, കുരിശുങ്കൽ കുടുംബത്തോട് അങ്ങേയറ്റം കടപ്പെട്ടിരിക്കുന്നു.

"എന്നിട്ട് അയാളുടെ പ്രത്യുപകാരം എന്നെ എക്സൈസുകാരെക്കൊണ്ട് പിടിപ്പിച്ചതാ." ഔസേപ്പിന്റെ വാദഗതി അപ്പാടെ അംഗീകരിച്ചു കൊണ്ട് കുഞ്ഞൂഞ്ഞ് ചിത്തോദ്വേഗത്തോടെ പറഞ്ഞു.

"ഞാനും ജില്ലാ പഞ്ചായത്ത് ഓഫീസിലെ പ്യൂൺ മാണിയും കൂടി അങ്ങേരുടെ ബാറിൽ ചെന്നപ്പോൾ അവിടെയുള്ള ജോലിക്കാര് ഞങ്ങളെയാകെയൊന്ന് നോക്കി അവിടെനിന്നിറക്കിവിട്ടത് രണ്ടാഴ്ചമുമ്പാ." ഔസേപ്പിന്റെയുള്ളിൽ കയ്പുറ്റ വേറൊരു ഓർമയുണർന്നു.

"അവിരാച്ചന്റെ സ്ഥാനാർഥിയെ അസംബ്ലിയിലേയ്ക്ക് ജയിപ്പിക്കാൻ ചേട്ടനും കൂടി കുറേ ഉത്സാഹിച്ചതല്ലേ?"

"ഉം." ഒരു തെറ്റു സമ്മതിക്കുന്നമട്ടിൽ തലകുനിച്ചു.

"ഞാൻ ചേട്ടനെ വിഷമിപ്പിക്കാൻ പറഞ്ഞതല്ല." കുഞ്ഞൂഞ്ഞ് പിന്നെയും ഗ്ലാസ് നിറച്ചു.

അതുകഴിഞ്ഞ് കുറേനേരത്തേയ്ക്ക് രണ്ടുപേരും ഒന്നും സംസാരിച്ചില്ല. ആലോചിക്കാൻ ഒരുപാടുണ്ടായിരുന്നു ഇരുവർക്കും. അവർ കളപ്പുരയ്ക്കൽ അവിരാച്ചന്റെ വസ്തുവകകളെക്കുറിച്ചോർത്തു. പള്ളിസെമിത്തേരിയിൽ അയാൾ പണിയിച്ച മാർബിൾ പാകിയ കുടുംബകല്ലറയെക്കുറിച്ചോർത്തു. അങ്ങനെ പലതും ഓർത്തുകൊണ്ട് അവർ ചാരായം കുടിക്കുന്നത് തുടർന്നു.

"അവിരാച്ചനെ അങ്ങനെ വിട്ടാൽ പറ്റുകേല."

പൊടുന്നനെ ഒരു വെളിപാടുണ്ടായതുപോലെ കുഞ്ഞൂഞ്ഞ് ദൃഢസ്വരത്തിൽ പറഞ്ഞു.

"ഞാനത് പറയാൻ തുടങ്ങുകയായിരുന്നു." ഔസേപ്പ് അനുജന്റെ മുഖത്തേയ്ക്ക് നോക്കിക്കൊണ്ട് പറഞ്ഞു.

"നമുക്ക് അവിരാച്ചനോട് ചെന്നുപറയണം."

"അതെ. വല്യപ്പൂപ്പൻ സ്വന്തം കൈപ്പടേല് എന്താ എഴുതിവച്ചിരിക്കുന്നതെന്ന് കാണിച്ചുകൊടുക്കണം."

"ഇതാ, ഇത്രയുംകൂടി കഴിച്ചേച്ച് നമ്മളെഴുന്നേൽക്കുന്നു."

"ഉം." ഔസേപ്പ് മുരണ്ടു. അവർ നിവർന്ന് ചുരമാന്തുന്ന രണ്ട് കാട്ടുകാളകളെപ്പോലെ തെല്ലിടനിന്നു. പിന്നീട് കൈലികളിലെ പൊടിയും മണ്ണും തട്ടിക്കളയുകപോലും ചെയ്യാതെ ആടിയുലഞ്ഞ് മുന്നോട്ടുനടന്നു.

“കുരിശുങ്കൽ കുടുംബത്തിലെ മരിച്ചുപോയവരത്രയും ദാ, നമ്മുടെ പിന്നാലെയുണ്ട്.” കുടുംബബൈബിൾ വലതുകൈയിൽ മുറുകെപിടിച്ചു നടക്കുന്നതിനിടയിൽ ഇടതുകൈകൊണ്ട് പിറകോട്ട് ചൂണ്ടിക്കൊണ്ട് ഔസേപ്പ് പറഞ്ഞു.

“എല്ലാവരും കൂടിയൊരു ചുഴലിക്കാറ്റുപോലെ, അല്ലേ?” കുഞ്ഞൂഞ്ഞ് മുഴങ്ങുന്ന ശബ്ദത്തിൽ ചോദിച്ചു.

“അതെ.” ഔസേപ്പ് പറഞ്ഞു.

“ഇടത്തും വലത്തും ഓരോ മാലാഖേംകൂടി വേണമായിരുന്നു.”

“ഉണ്ടാവും. നമുക്ക് കാണാൻ പറ്റുകേല.”

“ശരിയാ.”

അവർ നടന്നുനീങ്ങി. വഴി നീളെ രണ്ടുപേരും പലതും പറഞ്ഞു. എന്തെല്ലാമോ ഓർമിച്ചു. ഒരു റബ്ബർ എസ്റ്റേറ്റിലൂടെ കയറി ഒരു ചരിവിറങ്ങി അവർ നിരത്തിലെത്തി. അല്പദൂരംകൂടി പിന്നിട്ടപ്പോൾ കളപ്പുരയ്ക്കൽ അവിരാച്ചന്റെ ഇരുനില വീടായി.

അടഞ്ഞുകിടന്നിരുന്ന ഗെയ്റ്റ് തള്ളിത്തുറന്ന് ഔസേപ്പും കുഞ്ഞൂഞ്ഞും അകത്തുകടന്നു. പിന്നെ ഒരു നിമിഷം നിന്ന് അവർ അങ്ങുമിങ്ങും കണ്ണോടിച്ചു. ഗെയ്റ്റ് മുതൽ വീടുവരെയുള്ള പാതയ്ക്കിരുവശത്തും രണ്ടടി ഉയരത്തിൽ വെട്ടിനിറുത്തിയ പ്രത്യേകയിനം ചെടിയുടെ കടുംപച്ചനിറവും ഉദ്യാനഭംഗിയും ഉരുണ്ട കരിങ്കല്ലുകൾ അതിരിട്ട മീൻ കുളത്തിനും നടുവിലായുള്ള കോൺക്രീറ്റ് ശിൽപ്പവും മുറ്റത്ത് പ്രൗഢിയോടെ മേഞ്ഞുനടക്കുന്ന ടർക്കി കോഴികളുടെ വിവിധവർണങ്ങളും അവരുടെ കണ്ണുകളിൽ നിഴലിച്ചു. അവർ പരസ്പരം നോക്കി നിശ്ശബ്ദമായി ആശയവിനിമയം നടത്തി വീടിനുനേർക്ക് കനത്ത കാൽവയ്പുകളോടെ നടന്നു. ടർക്കിക്കോഴികൾ തലയുയർത്തി സംശയദൃഷ്ടിയോടെ അവരെ നോക്കി.

അവർ പലതരം ചെടികൾക്കിടയിലൂടെ നടന്ന് വീടിനടുത്തെത്താറായപ്പോൾ ദേഹം മുഴുവനും നീണ്ട വെള്ളരോമങ്ങളുള്ള ഒരു പട്ടി സവിശേഷമായൊരു രീതിയിൽ കുരച്ചുകൊണ്ട് അവരുടെ നേരെ ഓടിവന്നു.

ഔസേപ്പും കുഞ്ഞൂഞ്ഞും നിന്നു.

പട്ടിയുടെ പിന്നാലെ ജീൻസും ടോപ്പും ധരിച്ച ഒരു യുവതി സിറ്റൗട്ടിലെത്തി. അവൾ നോക്കിനിൽക്കെ കുഞ്ഞൂഞ്ഞ് മിന്നൽവേഗത്തിൽ പട്ടിയെ പൊക്കിയെടുത്ത് ആകാശത്തിലേയ്ക്ക് ഒരേറ്. അവൾ

വായയ്ക്കു കൈവെച്ച് നിലവിളിക്കാനോങ്ങി സ്തബ്ധയായി നിന്നു. അവളുടെ അരികിലേയ്ക്ക് ഔസേപ്പും കുഞ്ഞൂഞ്ഞും നടന്നടുക്കവേ പിറകിൽ പട്ടി നെടുപടാരം വീണു. അവർ തിരിഞ്ഞുനോക്കിയില്ല.

യുവതി പെട്ടെന്ന് സ്വബോധം വീണ്ടുകിട്ടിയതുപോലെ തിരിഞ്ഞോടാൻ തുടങ്ങി.

“നിൽക്ക്” ഔസേപ്പ് അലറി.

അവൾ പിടിച്ചുനിർത്തിയതുപോലെ നിന്നു.

“എവിടെടീ അവിരാച്ചൻ? വിളിക്ക്.” കുഞ്ഞൂഞ്ഞ് പറഞ്ഞു. പിന്നിലൊരു ചുഴലിക്കാറ്റിന്റെ ഇരമ്പലുയർന്നു.

ചിത്രശാല

ശശികല സ്വന്തമായി മൊബൈൽഫോൺ ഉള്ള സ്ഥിതിക്ക് പബ്ലിക് ടെലിഫോൺ ബൂത്ത് പൊതുവെ പ്രയോജനപ്പെടുത്താറില്ലെങ്കിലും ആഗ്രഹിക്കാതെയുള്ള ഒരു ദുഃസ്വപ്നത്തിൽ ഒട്ടും താല്പര്യമില്ലാതെ അവൾക്ക് അങ്ങനെ ചെയ്യേണ്ടിവന്നു. അവൾ ഫോൺ ചെയ്യാനായി ധൃതിപിടിച്ച് ഒരു പബ്ലിക് ടെലിഫോൺ ബൂത്തിലേയ്ക്ക് കയറിച്ചെന്നു. ചില്ലുചുവരുകളുള്ള കാബിനിൽ അന്നേരത്ത് വേറെയാരും ഇല്ലാത്തതിനാൽ അവൾക്കു കാത്തുനിൽക്കേണ്ടി വന്നില്ല. നേരെ അതിനുള്ളിലേയ്ക്കു കയറി വാതിൽ ചാരി അവൾ ഓർമയിൽ കുറിച്ച ഒരു നമ്പർ ഡയൽ ചെയ്തു.

റിസീവറിൽ നിന്ന് ചില 'ബീപ് ബീപ്' ശബ്ദങ്ങൾക്കുശേഷം അവൾ കേട്ടു: "നിങ്ങൾ വിളിച്ച നമ്പർ നിലവിലില്ല. ദയവായി നമ്പർ പരിശോധിക്കുക."

അവൾക്ക് അത്രയേറെ തീർച്ചയുള്ള നമ്പറായിരുന്നു അത്. ടെലിഫോൺ ഇൻഡെക്സിൽ നമ്പർ പരിശോധിക്കുകയും ശരിയാണെന്ന് ഉറപ്പുവരുത്തുകയും ചെയ്യേണ്ട ആവശ്യമേ ഇല്ല. ആയതിനാൽ ഇൻഡെക്സ് ബാഗിൽ നിന്നും പുറത്തെടുക്കാതെ അവൾ പിന്നെയും അതേ നമ്പർ ഡയൽ ചെയ്യുകയായി.

വീണ്ടും സന്ദേശം: "നിങ്ങൾ വിളിച്ച നമ്പർ നിലവിലില്ല."

ശശികല പരിഭ്രമിച്ചു: മേലെ തെളിഞ്ഞു കാണുന്നത് ഓർമയിൽ കുറിക്കപ്പെട്ട ശരിയായ നമ്പർ തന്നെയാണ്. ഒരക്കംപോലും മാറിയിട്ടില്ല. വളരെ ചുരുക്കം ചില നമ്പറുകൾ മാത്രമേ അവൾ ഓർമയിൽ സൂക്ഷിക്കാറുള്ളൂ. ഡയൽ ചെയ്തത് അവയിലൊന്നാണ്. ഒട്ടും ചിന്താക്കുഴപ്പമില്ല. യന്ത്രോപകരണങ്ങൾക്കു തെറ്റു പറ്റാമല്ലോ. ഉവ്വ്. തെറ്റ് യന്ത്രസഹജമാണ്.

ഒരിക്കൽക്കൂടി അതേ നമ്പറിനായി ശ്രമിക്കുമ്പോൾ ശശികല കണ്ടു.

അങ്ങോട്ടു കയറിയപ്പോൾ മേശയ്കരികിലുണ്ടായിരുന്ന കൂനൻ അവിടെ ഇല്ല. പകരം പ്രായം ചെന്ന വിരൂപയായ ഒരു സ്ത്രീയാണ്. കമ്പിളിയുടുപ്പ് തുന്നുന്നു. ശിരസ്സിൽ സ്കാർഫ് കെട്ടിയിട്ടുണ്ടെങ്കിലും നരച്ച മുടി പാതിയോളം കാണാം. മുഖമാകെ തലങ്ങും വിലങ്ങും ചുളിവുകൾ. കൈകൾ രണ്ടിലും വെളുത്ത കൈയുറകൾ. സൂചിയിൽ കോർത്തിരിക്കുന്നതു കറുത്ത കമ്പിളി നൂൽ.

വൃദ്ധ മുഖമുയർത്തി നോക്കിയതും വളരെ തണുത്ത എന്തോ ഒന്ന് തന്നെ സ്പർശിച്ചതായി ശശികലയ്ക്കു തോന്നി. അവളുടെ ദേഹം അനിയന്ത്രിതമായി കിടുകിടുത്തു. അതു കണ്ടിട്ടെന്നോണം വൃദ്ധ ചിരിക്കാൻ തുടങ്ങി. അതു ഭീഷണമായ ചിരിയായിരുന്നു. ശശികല ഭയാശങ്കകളോടെ റിസീവർ താഴെവെച്ച് കൈവിറച്ചുംകൊണ്ട് ചില്ലുവാതിൽ തുറന്നു. വൃദ്ധയുടെ ചിരി ഇപ്പോൾ നിശ്ശബ്ദത വെടിഞ്ഞു മുഴക്കമുള്ളതായി. നരകക്കുഴിപോലെ തോന്നിപ്പിക്കുന്ന വായ. ജീർണശബ്ദം. ശശികല വൃദ്ധയെത്തന്നെ അധീരയായി നോക്കിക്കൊണ്ടു പുറകോട്ടു നടന്നു. പിന്നെ അവൾ പുറം തിരിഞ്ഞ് ഓടാനാരംഭിച്ചു. വൃദ്ധയുടെ ചിരി അനേകം മുനകളോടെ തന്നെ പിന്തുടരുന്നത് അവൾ അറിഞ്ഞു. വെയിലേറ്റ് പൊള്ളിവീർത്ത വിജനമായ നിരത്ത്. പൊടി പുക.

ഭയന്നുണർന്ന ശശികല പുതപ്പുമാറ്റി കിടക്കയിൽ എഴുന്നേറ്റിരുന്നു. ആദ്യം നോക്കിയതു മുറിയുടെ ഇരുണ്ടകോണിലേയ്ക്കാണ്.

ഇല്ല.

കമ്പിളിയുടുപ്പിട്ട് തുന്നുകയായിരുന്ന വൃദ്ധയെ അവിടെ കാണാനില്ല. ഇരുട്ട് ഒരു കൂനനെപ്പോലെ പതുങ്ങിനിൽപ്പുണ്ട്.

അതുമാത്രം.

ജഗ്ഗ് കൈയെത്തിച്ചെടുത്ത് അതിലുണ്ടായിരുന്ന വെള്ളം കുടുകുടെ കുടിച്ചശേഷം അവൾ കട്ടിലിൽ നിന്നിറങ്ങി ജാലകത്തിനടുത്തേയ്ക്കു ചെന്നു.

വെളിയിൽ ഇരുട്ടാണ്. എല്ലായിടത്തുമല്ല. പ്രകാശത്തിന്റെ ചില വൃത്തങ്ങൾ അങ്ങിങ്ങ്.

സമയം എത്രയായിക്കാണും? ചുവരിലെ ക്ലോക്കിലേയ്ക്ക് നോക്കുന്നത്കൊണ്ട് വിശേഷിച്ച് ഫലമുണ്ടാകുമെന്ന് തോന്നുന്നില്ല. ചിലപ്പോൾ സമയത്തിന്റെ കൈപ്പിടിയിലല്ലാതെ, എവിടെയോ സ്വയം നഷ്ടപ്പെട്ടതുപോലെ തോന്നില്ലേ? സ്ഥലവും കാലവുമില്ലാത്തൊരു പെരും ശൂന്യതയിൽ?

അലോസരങ്ങളില്ലാതെ ഇരട്ടക്കിടക്കയുടെ പകുതിഭാഗത്തായി

ബാലു ഉറങ്ങുന്നു. തിരിഞ്ഞും മറിഞ്ഞുമൊക്കെ കിടന്ന് ഏറ്റവും ഒടുവിലായി ബാലു സ്വതവേ പ്രാപിക്കുന്നൊരു കിടപ്പുരീതിയുണ്ട്. ഇടതുവശം ചെരിഞ്ഞ്, കമഴ്ന്ന്. എങ്ങിനെ കിടന്നാലും ബാലുവിനെ വെളുപ്പിന് കണ്ടു കിട്ടുക ആ നിലയിലാണ്.

നേർത്ത വോയിൽ ജുബ്ബായും പൈജാമയും മറ്റൊരാൾക്കും, ഒരു പക്ഷേ, ഇത്രയേറെ ഇണങ്ങില്ല. ബാലു ഉറങ്ങുന്നതു കാണുമ്പോൾ ചെറിയ ഒരു കുഞ്ഞ് ഉറങ്ങുകയാണെന്ന് തോന്നും. വിരൽകുടി ശീലമില്ലെന്നേയുള്ളൂ. ഒരു ശിശു.

ബാലുവിനെ ഉണർത്താതെ കിടപ്പുമുറിയുടെ വാതിൽ പതുക്കെ തുറന്ന് ശശികല പുറത്തുകടന്നു.

വാതിൽ പിറകിൽ ചാരി.

ഇന്നിനി ഉറങ്ങാനാകുമെന്ന് തോന്നുന്നില്ല. കൂർത്ത നോട്ടമുള്ള ആ വൃദ്ധയുടെ മുഖം ഓർക്കെ ഉറങ്ങാനൊട്ട് ധൈര്യവുമില്ല. ആർക്കുവേണ്ടിയാണ് കിഴവി കമ്പിളിവസ്ത്രം തുന്നുന്നത്? അങ്ങനെയൊരു മുഖം ഇന്നോളം ജീവിതത്തിലെവിടെയും കണ്ടതല്ല. തികച്ചും അപരിചിതമായ ആളുകൾ എന്തിന് സ്വപ്നത്തിലേക്ക് കടന്നുവരുന്നു? ഏതു രഹസ്യലോകത്തിൽ നിന്നാണ് അവരുടെ വരവ്? അവർ മറഞ്ഞുനിൽക്കുന്നത് ഏതു തിരശ്ശീലയ്ക്കപ്പുറത്ത്?

ദീപ്തിമോൾ നല്ല ഉറക്കത്തിൽ. അവളുടെ കിടക്ക വീതി കുറഞ്ഞതെങ്കിലും അതിൽ അമ്മയ്ക്കുകൂടി സ്ഥലമുണ്ട്. ഉറങ്ങാനായിട്ടല്ലാതെ ശശികല മകൾക്കരികെ കിടന്നു.

ജംഗ്ഷനിൽ സിഗ്നൽ കാത്തു പലയിനം വാഹനങ്ങളുടെ നീണ്ട നിര. സീബ്രാവരകളിലൂടെ നിയമവിധേയമായി നിരത്തു മുറിച്ചുകടക്കുന്ന കാൽനടക്കാർ. നിരത്തുവക്കിലായി അവസാനത്തെ ചക്രവർത്തിയുടെ മട്ടിൽ ഒരു ട്രാഫിക് കോൺസ്റ്റബിൾ. എല്ലാം അയാളുടെ പരിധിയിൽ. വല്ല സംശയവുമുണ്ടോ എന്നു ചോദിക്കുന്നതു പോലെ അയാൾ ചുറ്റും നോക്കുന്നു. ഏയ്, ആർക്കുമില്ല.

ശശികല സ്റ്റിയറിംഗ് വീലിൽ കൈകൾ ചേർത്ത് ക്ഷമയോടെ ഇരുന്നു.

ചിലർ ശശികലയെ തിരിച്ചറിയുന്നുണ്ട്. ഇൻഷുറൻസ് കമ്പനിയിലെ ഉദ്യോഗസ്ഥ. ചിത്രകാരി. രണ്ടു കുട്ടികളുടെ അമ്മ. ബാനർജി റോഡിൽ ബുക്സ്റ്റാൾ നടത്തുന്ന ബാലുവിന്റെ ഭാര്യ.

ചിലർക്ക് കുറെക്കൂടി വിശദാംശങ്ങൾ അറിയാം. മാർട്ടിൻ ഫെർണാണ്ടസിനെ കേട്ടിട്ടില്ലേ? പൂനെ ഫിലിം ഇൻസ്റ്റിറ്റ്യൂട്ടിൽ പഠിച്ചുവന്ന് കുറേ

ചിത്രങ്ങൾ സംവിധാനം ചെയ്തിട്ടുള്ള മാർട്ടിൻ ഫെർണാണ്ടസ്? മുമ്പ് അയാളോടൊപ്പമായിരുന്നു. മകൻ അതിലാണ്. വേർപിരിയാനുള്ള കാരണം ഊഹിക്കാമല്ലോ. ഊഹമേതും തെറ്റാകാൻ ഇടയില്ല.

വയസ്സ്?

അതും ഊഹിക്കാവുന്നതേയുള്ളൂ. മകനുതന്നെ ഇരുപതായല്ലോ. അമ്മയ്ക്കു പക്ഷേ, നാല്പതു കഴിഞ്ഞെന്നൊന്നും തോന്നില്ല. സുന്ദരിയാണ്. ശരീരത്തിൽ ഒട്ടും ദുർമ്മേദസില്ല. മറ്റു സ്ത്രീകൾക്ക് അസൂയ തോന്നാം. പതിവായി സന്ദർശിക്കുന്ന ബ്യൂട്ടി പാർലറിന്റെയും ഹെൽത്ത് ക്ലബിന്റെയും പേരുകൾ അവർ ജിജ്ഞാസയോടെ ചോദിച്ചേക്കാം പക്ഷേ, ശശികല ബ്യൂട്ടിപാർലറിലോ ഹെൽത്ത് ക്ലബിലോ പോകാറില്ല. ഓ, വിശ്വസിക്കാൻ പ്രയാസം.

ശശികല സീറ്റിൽ ഇടതുവശത്തായി വച്ച മൊബൈൽഫോൺ ശബ്ദിച്ചതും വാഹനങ്ങൾക്കു മുന്നോട്ടു നീങ്ങാനുള്ള പച്ച സിഗ്നൽ ലഭിച്ചതും ഒരേ സമയത്തായിരുന്നു. നമ്പർ ശ്രദ്ധിക്കാൻ പോലും നേരം കിട്ടിയില്ല അവൾക്ക്. കാൾ അറ്റൻഡ് ചെയ്യാതെ കാർ മുന്നോട്ടെടുത്തു.

പിറകിലുള്ള വാഹനങ്ങളിൽ ചിലത്, പ്രത്യേകിച്ച് കാര്യമൊന്നുമില്ലെന്നുവരികിലും തുടർച്ചയായി ഹോൺ മുഴക്കി. മുന്നിലുള്ള വാഹനത്തെ മറികടക്കുകയെന്നുള്ളത് ഈയൊരു സന്ദർഭത്തിൽ ആലോചിക്കാവുന്നതല്ല. എല്ലാവരും തിരക്കിലാണ്. എല്ലാവർക്കും അത്രയും പെട്ടെന്ന് ഏതെങ്കിലും ലക്ഷ്യത്തിൽ എത്തിച്ചേരേണ്ടതുണ്ട്. അതിനിടയിൽ ശശികലയുടെ മൊബൈൽഫോൺ വീണ്ടും ഒരു വിനിമയത്തിന് ശ്രമിക്കുകയാണ്. അവൾ കാർ നിയന്ത്രിച്ചുകൊണ്ട് ഫോൺ കൈയിലെടുത്തു. തിരുവനന്തപുരത്തു നിന്നാണ്. പരിചയമില്ലാത്ത ഏതോ നമ്പർ. റോങ് നമ്പറായേക്കാനും മതി. എന്തായാലും ഡ്രൈവ് ചെയ്യുമ്പോൾ മൊബൈൽഫോൺ ഉപയോഗിക്കുന്നത് ഉചിതമല്ല. ശശികല ഫോൺ സ്വിച്ച് ഓഫ്ചെയ്തു. ഓഫീസിലേയ്ക്ക് ഇനി കഷ്ടിച്ചു മൂന്നു ഫർലോങ് കൂടി. തിരിച്ചുവിളിക്കുന്നത് അവിടെ എത്തിക്കഴിഞ്ഞാവാം. അവൾ തീരുമാനിച്ചു. ഒരു കുത്തൊഴുക്കിൽ പെട്ടതുപോലെ കാർ മുന്നോട്ടുപോയി.

ഓഫീസിലെത്തി കാർ പാർക്കുചെയ്ത ഉടനെ ശശികല ചെയ്തത് മൊബൈൽഫോൺ അവസാനമായി രേഖപ്പെടുത്തിയ നമ്പറിലേക്ക് തിരിച്ചുവിളിക്കുകയെന്നതാണ്. അതു നിഷ്ഫലമായി. നമ്പർ തിരുവനന്തപുരത്തെ ഏതോ പബ്ലിക് ടെലിഫോൺ ബൂത്തിന്റേതായിരുന്നു.

നേരത്തെ വിളിച്ചതാരെന്ന് അവിടെ ജോലി ചെയ്യുന്ന പെൺകുട്ടിക്കു നിശ്ചയമില്ല.

ശരി. ശശികല ഫോൺ ബാഗിൽവെച്ച് ലിഫ്റ്റിനു നേർക്ക് നടന്നു.

വിളിച്ചത് ആരായിരിക്കാം? ലിഫ്റ്റിൽ നിന്ന് അങ്ങനെയോർത്തപ്പോൾ ശശികലയുടെ മനസ്സിൽ കമ്പിളിയുടുപ്പ് തുന്നുകയായിരുന്ന വൃദ്ധയുടെ മുഖം തെളിഞ്ഞു. തീക്ഷ്ണമായൊരു ദൃഷ്ടി അവളുടെ മേൽ കൂർത്തൊടുങ്ങി. ഒരു നിമിഷത്തേയ്ക്ക് അവൾ പകച്ചുപോയി. ലിഫ്റ്റ് നീങ്ങിക്കൊണ്ടിരുന്നു.

ഏതാണ്ട് അരമണിക്കൂർ കഴിഞ്ഞ്, ശശികല ജോലിത്തിരക്കിലായിരിക്കെ, പിന്നെയും അവളുടെ മൊബൈൽഫോൺ ശബ്ദിച്ചുതുടങ്ങി. ജോലിസമയത്ത് ഓഫീസിൽ മൊബൈൽഫോൺ ഉപയോഗിക്കുന്നതിനു വിലക്കുണ്ടെങ്കിലും അവൾ അതവഗണിച്ചു. ഇപ്പോൾ തെളിഞ്ഞുകാണുന്ന നമ്പർ അവൾക്കു പരിചിതമാണ്; സുചിത്ര.

“ഞാൻ നിന്നെ രണ്ടുതവണ ട്രൈ ചെയ്തു” സുചിത്ര തുടങ്ങിയത് കുറ്റപ്പെടുത്തലിന്റെ സ്വരത്തിലാണ്.

“ഞാൻ ഡ്രൈവ് ചെയ്യുമ്പോഴാ. പിന്നീട് തിരിച്ചുവിളിച്ചപ്പോ അതൊരു ബൂത്തിലെ നമ്പർ. നീയാണെന്ന് അറിഞ്ഞില്ല. കൈയിൽ മൊബൈലുണ്ടായിരുന്നില്ലേ? ശശികലയുടെ ഭാഗത്തുനിന്നു വിശദീകരണവും ഒരു ചോദ്യവും.

“മൊബൈലുണ്ടായിരുന്നിട്ടെന്താ, കൃത്യമായി ചാർജ് ചെയ്യേണ്ടേ. ഞാനതു മറന്നു. രാവിലെ മെഡിക്കൽ കോളേജ് ഹോസ്പിറ്റലിൽ നിന്ന് വരുന്ന വഴിയായിരുന്നു.”

ആരെക്കാണാൻ പോയതാണെന്ന് ശശികല തിരക്കി.

“മരിക്കാറായ ഒരാളെ കാണാൻ”

“നിന്റെ ബന്ധുക്കൾ വല്ലവരും?”

“അല്ല”

“പിന്നെ?”

“നിന്റെ ഒരു ബന്ധുവാണ്.”

“അതാര്? നീ പേരു പറ.”

“മാർട്ടിൻ ഫെർണാണ്ടസ്.”

“ങ്ഹേ?”

“രക്തം ഛർദിച്ചു കിടക്കുന്നതു കണ്ട് ആരോ ആശുപത്രിയിലാക്കിയതാണ്. ക്രിട്ടിക്കൽ കണ്ടീഷനാ. തീരെ വയ്യ”

“അടുത്ത്?”

"ആരുമില്ല. ഞാൻ ചെന്നപ്പോ പറഞ്ഞത് നിന്നെ അറിയിക്കരുതെന്നാണ്."

ചുഴലിപോലെ ഒരു തേങ്ങൽ ശശികല നെഞ്ചിനുള്ളിലായി അറിഞ്ഞു. മുന്നിലുള്ള കമ്പ്യൂട്ടർ സ്ക്രീനിലെ വാക്കുകളും അക്കങ്ങളും അപ്രത്യക്ഷമായി. ഓഫീസ് വേറെയാരുമില്ലാത്ത ഒരു ഇടമായി. സായാഹ്നത്തിൽ ശശികലയ്ക്കു ദീപാങ്കുരനെ കണ്ടുകിട്ടിയത് ബാസ്കറ്റ് ബോൾ കോർട്ടിലാണ്. കോർട്ടിൽ കളിക്കാരുടെ ആരവങ്ങൾക്കിടയിൽ തുടരവെ അവൾ മകനുമായി ഒരു മരച്ചുവട്ടിലേക്ക് നീങ്ങി. അവന്റെ മുഖം വിയർത്തിരുന്നു.

കേട്ട വാർത്ത അവനെ ഒട്ടും ചലിപ്പിക്കാൻ പോന്നതായില്ല. വികാരാധീനനാവാതെ അവൻ നിന്നു. ഒരു ഞരമ്പുപോലും പിടഞ്ഞില്ല.

"മമ്മി ഇതുവരെ മറന്നിട്ടില്ലേ അങ്ങേരെ? ഒരുപാട് കാലമായല്ലോ."

ശശികല മകനെ തറപ്പിച്ചു നോക്കി.

"നിന്റെ പപ്പയാണത്."

"ചെറുപ്പത്തിലേ പപ്പ മരിച്ച കുട്ടികളുടെ കൂട്ടത്തിലാണ് ഞാൻ എന്നെ പെടുത്തിയിട്ടുള്ളത്."

"അതിന് നിന്റെ പപ്പ മരിച്ചിട്ടില്ലല്ലോ?"

"എല്ലാ മരണവും ഒരുപോലെയല്ല."

"നിന്റെ ഫിലോസഫി എനിക്കു ദഹിക്കുന്നതല്ല"

"ഇതു ഫിലോസഫിയല്ല. ഒരു സിംപ്ൾ ഫാക്ട്. മറ്റുള്ളവരെ സംബന്ധിച്ച് ഒരാൾ മരിക്കുന്നത് അയാളുടെ ശ്വാസം നിലയ്ക്കുമ്പോൾ മാത്രമല്ല."

"അവസാനമായി പപ്പയെ ഒരുനോക്ക് കാണണമെന്നില്ലേ നിനക്ക്?"

"നോ."

"നീ ഇത്രയ്ക്ക് ക്രൂരനായത് എന്നു മുതലാണ്?"

ശശികല മകന്റെ പ്രതികരണത്തിനു കാത്തുനിൽക്കാതെ കാറിനടുത്തേയ്ക്ക് നടന്നു.

കുട്ടികൾ എല്ലായ്പ്പോഴും കുട്ടികളല്ല.

ദീപാങ്കുരന് രാത്രി അമ്മയെ വിളിക്കണമെന്നുണ്ടായിരുന്നു. മൊബാൽ ഫോൺ മുറിയിൽ ഒപ്പം താമസിക്കുന്ന ദിൽഷാദിന്റെ പക്കലുണ്ട്. ദിൽഷാദ് ഉദാരമനസ്കനായി അതു വച്ചുനീട്ടിയതുമാണ്. എന്നാൽ ദീപാങ്കുരൻ മടിച്ചു. കുറച്ചു കഴിഞ്ഞപ്പോൾ ഇഷയുടെ കാൾ വന്നു. ഇഷ ഫോൺ ദിൽഷാദിന്റേതാണെന്ന് പലപ്പോഴും മറക്കാറുണ്ട്. നേരെ 'ചെറുക്കാ' എന്നൊരു വിളിയാണ്. ദിൽഷാദ് എത്രയോ

വട്ടം അതു കേട്ടിരിക്കുന്നു.

"ചെറുക്കനെന്താ ഒരു മൂഡില്ലാത്തതുപോലെ? ഗേൾഫ്രണ്ട് വിളിച്ചാല്, അതും ഈ രാത്രീല്, ഈ നേരത്ത്, ഒര് ത്രില്ലൊക്കെ തോന്നേണ്ടതല്ലേ? ഇങ്ങനെയാണേൽ ഞാൻ ചുണയുള്ള വേറെ വല്ല ചെറുക്കന്മാരേം കണ്ടുപിടിക്കും. മനസ്സിലായോ?" വായാടിയുടെ നാവ് വിശ്രമം കൊതിക്കുന്നതേയില്ല.

ഇഷയെ ദീപാങ്കുരന് സങ്കല്പിക്കാൻ കഴിയുന്നു. കിടപ്പുമുറിയിൽ വെളുത്ത നിശാവസ്ത്രത്തിൽ. ജൂലിയാ റോബർട്സിന്റെയും ഡെമി മൂറിന്റെയും ഹാലേ ബറിയുടെയും ജോഡി ഫോസ്റ്ററുടേയും ജെന്നിഫർ ലോപ്പസിന്റെയും നിക്കോൾ കിഡ്മാന്റെയും സൽമാ ഹയെക്കിന്റെയും കാതറിൻ സെറ്റ ജോൺസിന്റെയും ചിത്രങ്ങൾക്കിടയിൽ.

സ്വന്തം മുറിയെ ഇഷ വിളിക്കുന്നത് മിനി ഹോളിവുഡ് എന്നാണ്. പക്ഷേ, ഒരൊറ്റ നടന്റെയും ചിത്രങ്ങൾ അവിടെ സൂക്ഷിക്കപ്പെടുന്നില്ല. ടോം ഹാങ്ക്സിനെയും ഡെൻസൽ വാഷിങ്ടണെയും അഡ്രിയാൻ ബ്രോഡിയെയും ബ്രൂസ് വില്ലിസിനെയും ലിയനാർഡോ ഡി കാപ്രിയോയെയും ജാക്ക് നിക്കോൾസണെയുമൊക്കെ അവൾ മറ്റുള്ളവർക്കായി വിട്ടു കൊടുത്തിരിക്കുകയാണ്. തികഞ്ഞ ഔദാര്യത്തോടെ: "അവരെ നിങ്ങളെടുത്തോളൂ. എനിക്ക് ഇവരെ മതി."

അവളുടെ അമ്മ അവിടെ ചെല്ലുമ്പോഴൊക്കെയും ദീപാങ്കുരനോടു പറയും: "ദീപൻ, ഇവൾക്ക് സ്റ്റാർ മൂവീസും എച്ച്.ബി.ഒ. യും കാണാനേ നേരമുള്ളൂ. പുസ്തകം കൈക്കൊണ്ട് തൊടില്ല."

ഭൂതം മാത്രമല്ല, സിനിമയും ഒരാളെ ആവേശിക്കാം. ഇഷ സിനിമാവിഷ്ടയാണ്. അവൾക്ക് നാളെ സ്വന്തമാക്കാനുള്ളത് ഒരു ഡിജിറ്റൽ മൂവി ക്യാമറ. കന്നിച്ചിത്രത്തിന്റെ വിശദമായ തിരക്കഥ ഇപ്പോഴേ തയ്യാർ.

അമ്മ വൈകീട്ട് വന്ന കാര്യം ഇഷയോട് പറയണോ, വേണ്ടയോ എന്നതിന്റെ സന്ദിഗ്ദ്ധത ദീപാങ്കുരന്റെ മനസ്സിൽ കുറച്ചുനേരം നീണ്ടു നിന്നു. അമ്മയുടെ വരവല്ല. എന്തിനു വന്നുവെന്നതാണ് പ്രധാനം. ഹോസ്റ്റലിലേയ്ക്കോ കോളേജിലേയ്ക്കോ അമ്മ ഇടയ്ക്കൊക്കെ വരാറുള്ളതാണ്. ഒഴിവു ദിവസമാണെങ്കിൽ ചിലപ്പോൾ ബാലു അങ്കിളും ദീപ്തിമോളും കൂടെയുണ്ടാവും. അവർ താമസിക്കുന്നത് വളരെ അകലെയൊന്നുമല്ലെങ്കിലും ഒഴിവുദിവസങ്ങളിൽപ്പോലും എന്തുകൊണ്ട് ഹോസ്റ്റലിൽ കഴിയുന്നുവെന്ന ചോദ്യം ഈയിടെയായി ആരും ചോദിക്കാറില്ല ദീപാങ്കുരനോട്.

"നീ മൂഡിലല്ലെങ്കിൽ വേണ്ട. എനിക്കാണെങ്കിൽ സ്റ്റാർ മൂവീസില്

ഒരു പടം കാണാനുണ്ട്. അപർണാ സെന്നിന്റെ 'മിസ്റ്റർ ആൻഡ് മിസിസ്സ് അയ്യർ'. ഗുഡ്നൈറ്റ്."

എത്ര സംസാരിച്ചാലും ദിർഷാദിന് പരാതിയില്ല. ഇൻകമിങ് കാൾ സൗജന്യമാണ്.

"ഹ! എന്താ ഇത്ര പെട്ടെന്നു നിർത്തിക്കളഞ്ഞത്? തിരിച്ചുവിളിക്കട്ടെ?"

"വേണ്ട."

ദീപാങ്കുരൻ കിടക്കയിൽ മലർന്നു കിടന്ന് എന്തോ ഓർത്തെടുക്കാൻ ശ്രമിക്കുംപോലെ നോട്ടം സീലിങ്ങിൽ കേന്ദ്രീകരിച്ചു.

നിത്യേന രാവിലെ കുറേ സമയം സ്പോർട്സ് സൈക്കിളിൽ നഗരം ചുറ്റുകയെന്നത് ദീപാങ്കുരന്റെ ദിനചര്യകളിൽ പെടുന്നു.

ഇരുപത്തിനാലു മണിക്കൂറും സേവനം നടത്തുന്നതായി വിളംബരം ചെയ്യുന്ന പബ്ലിക് ടെലിഫോൺ ബൂത്ത് ഏഴുമണിയായിട്ടും തുറന്നിട്ടില്ല.

വാതിലിൽ തട്ടി വിളിച്ചപ്പോൾ ദീപാങ്കുരന്റെ നേർക്ക് കറുത്തതും വെടിപ്പില്ലാത്തതുമായ ഒരു മുഖം നീണ്ടു.

"എസ്.റ്റി.ഡിയോ ലോക്കലോ?"

"രണ്ടുമല്ല. ഐ.എസ്.ഡി."

നഗരത്തിലെ ഒരു ലാൻഡ് ഫോണിന്റെ നമ്പർ കൺമുന്നിൽ തെളിഞ്ഞപ്പോൾ, ദീപാങ്കുരൻ പ്രതീക്ഷിച്ചതുപോലെ, അയാൾ ചുണ്ടുകൾ വക്രിപ്പിടിച്ച് എന്തോ പിറുപിറുക്കുകയായി.

ഫോണെടുത്തത് ദീപ്തിയാണ്. കുറച്ചു നേരത്തേയ്ക്ക് പതിവ് ആവലാതികൾ

"മമ്മിയെവിടെ?"

"ഞാൻ എഴുന്നേൽക്കുമ്പോ ഇവിടെ ഇല്ല. പപ്പയാ കോഫി തന്നത്. മമ്മി ഏർലി മോണിംഗിനുള്ള ഒരു ട്രെയിനിന് പോയി. ദീപൻചേട്ടന്റെ പപ്പയെ കാണാനാ, സുഖല്യാത്രെ."

അവൾ റിസീവർ ബാലു അങ്കിളിന് കൈമാറും മുമ്പേ ദീപാങ്കുരൻ ബൂത്തിലെ ചെറുമുറിയിൽ നിന്നും പുറത്തിറങ്ങി. അഞ്ചുരൂപയുടെ നാണയമാണ് കൈയിൽ തടഞ്ഞത്. ബാക്കി വാങ്ങാൻ നിന്നില്ല.

എവിടെയും എത്താനില്ലെങ്കിലും ദീപാങ്കുരൻ സൈക്കിൾ അതിവേഗമോടിച്ചു. പോകേണ്ട വഴി കാണാത്തതുപോലെ ഒന്നിൽ നിന്നു മറ്റൊന്നിലേയ്ക്ക്.

ഇഷയെ രാവിലെ വീട്ടിൽച്ചെന്നു വിളിച്ചുണർത്താൻ അവൻ ഉദ്ദേ

ശിച്ചതല്ല. എന്നിട്ടും സംഭവിച്ചതതാണ്.

"നീ തന്നെ അവളെ വിളിക്ക്." ആന്റി പറഞ്ഞു.

"പാതിരാ വരെ ഏതോ പടം കാണുകയായിരുന്നു." അങ്കിൾ പത്രത്തിൽ നിന്ന് കണ്ണെടുക്കാതെ പറഞ്ഞു. കൈയിൽ ആവി പറക്കുന്ന ചായക്കോപ്പ.

സൗഹൃദം ഘനീഭവിച്ച് ഒരു വീടായിത്തീരുമെങ്കിൽ അതാണ് ദീപാങ്കുരനെ സംബന്ധിച്ച് ഇഷയുടെ വീട്.

അവൻ അവളോട് പറഞ്ഞിട്ടുണ്ട്: "എനിക്ക് നിന്നോട് അസൂയയില്ല. നിന്റെ വീടിനോട് മാത്രമേയുള്ളൂ."

ചായയെടുക്കാമെന്നു പറഞ്ഞ് ആന്റി അടുക്കളയിലേയ്ക്ക് നടന്നു.

ഇഷയുടെ കിടപ്പുമുറി മുകളിലാണ്. ഗോവണി കയറിയെത്തുന്നിടത്ത് വലിയൊരു കളിമൺഭരണി. ഇടതുവശത്ത് പുസ്തകങ്ങളുടേയും നിരവധി ടെറാക്കോട്ട ശിൽപ്പങ്ങളുടേയും ശേഖരം. എല്ലാം ഇഷയുടേത്.

വാതിൽ തുറന്നപാടെ അവൾ ചെയ്തത്, ദീപാങ്കുരനെ അമ്പരപ്പിച്ചുകൊണ്ട്, കൈകൾ രണ്ടും അവന്റെ മുടിയിലൂടെ കോർത്തുപിടിച്ച് കവിളിൽ ചുണ്ടമർത്തുകയാണ്. ഒരു ചുംബനത്തിന്റെ ശബ്ദം അവിടെയെങ്ങും മുഴങ്ങി. അവൾ പറഞ്ഞു.

"ഓ, ഇറ്റ് വാസ് എ നൈസ് ഫിലിം. ഐ ക്രൈഡ് ഹാപ്പിലി."

ശശികല ഒരു എക്സ്പ്രസ് വണ്ടിയിൽ നന്നെ രാവിലെ പുറപ്പെട്ട് അഞ്ചുമണിക്കൂർ യാത്രയ്ക്കുശേഷം അവസാനത്തെ സ്റ്റേഷനിലെത്തുമ്പോൾ പ്ലാറ്റ്ഫോമിൽ സുചിത്ര കാത്തുനിന്നിരുന്നു. ഒറ്റയ്ക്കാണ് വരികയെന്ന് അവൾ സുചിത്രയെ ഫോൺ ചെയ്തറിയിച്ചിരുന്നു. സ്റ്റേഷനിൽ ചില തീവണ്ടികൾ മഴ നനഞ്ഞുനിന്നു. മുന്നിലെ നിരത്ത് ചെളിവെള്ളത്തിൽ ആണ്ടുകിടന്നു.

"ഇന്നും കൂടി മഴയാണേൽ ഇവിടെ വെള്ളപ്പൊക്കമായിരിക്കും."

സുചിത്ര കാർ നിരത്തിലേയ്ക്ക് ഇറക്കുന്നതിനിടയിൽ പറഞ്ഞു. ഡാഷ് ബോർഡിനു മുകളിലായി ഒരു ഹിമക്കരടി തൂങ്ങിക്കിടന്നാടുന്നുണ്ടായിരുന്നു.

"നിന്റെ സിറ്റിയിലെങ്ങനെ, മഴയുണ്ടോ?" സുചിത്ര ചോദിച്ചു.

"പെയ്തിട്ടില്ല." ശശികല പറഞ്ഞു.

വീട്ടിൽ നിന്ന് പുറത്തേയ്ക്കിറങ്ങുമ്പോഴോ, ബാലു സ്റ്റേഷൻ ലക്ഷ്യമാക്കി കാറോടിക്കുമ്പോഴോ, നഗരത്തിനുമേൽ മഴയുടെ ലാഞ്ചനപോലും ഉണ്ടായിരുന്നതായി അവൾ ഓർക്കുന്നില്ല. മരണവും മഴയും

തമ്മിൽ ബന്ധമുണ്ട്; പഴയ മുത്തശ്ശിമാരുടെ പ്രമാണം.

"ബാലുവിന് തിരക്കാണ്. പോകട്ടെ. ദീപനെ എന്തായാലും കൂടെ കൂട്ടാമായിരുന്നു." സുചിത്ര പറഞ്ഞു.

"വരണ്ടേ!"

എല്ലാം സുചിത്രയ്ക്കു നന്നായി അറിയാവുന്നതു തന്നെ. അവൾ പിന്നെ നിശ്ശബ്ദത പാലിച്ച് കാറോടിച്ചു. നനവാർന്ന പാതകൾ. മഴക്കോട്ടുകൾ ധരിച്ച യാത്രക്കാർ. മഴ നനയുന്ന പ്രതിമകൾ. കൂനിവിറയ്ക്കുന്ന വൃദ്ധൻമരങ്ങൾ. ആകാശം ഇരുട്ട് പിടിച്ചപോലെ.

ശശികല കണ്ണടച്ചു. ഒരു ശബ്ദം ഉള്ളിലെങ്ങോ വന്നു തട്ടുന്നു. പേരു വിളിക്കുന്നു. സ്നേഹിക്കുന്നുവെന്ന് പറയുന്നു. വസ്ത്രങ്ങൾ ഒന്നുമില്ലാത്ത ഉടലിലൂടെ ചോരയുടെ ഇളംചൂട് അറിയിച്ചുകൊണ്ട് രണ്ടുകൈകൾ ചലിക്കുന്നു. മുലകൾ, അടിവയർ, അരക്കെട്ട്, ഉപസ്ഥം, കണങ്കാലുകൾ, കാൽമടമ്പുകൾ, വിരലുകൾ, എല്ലാം ലാളിക്കപ്പെടുന്നു. ഉടലിന്റെ രഹസ്യങ്ങളിലത്രയും ചുംബനങ്ങൾ തെരുതെരെ പതിയുന്നു. ഉടൽ രൂപമില്ലാത്ത മറ്റെന്തോ ആയിത്തീരുന്നു. ഒട്ടും ഭാരമില്ലാതാകുന്നു.

മെഡിക്കൽ കോളേജ് ആശുപത്രിയിലെ ഒരു വാർഡിൽ രോഗിയായി പ്രവേശിപ്പിക്കപ്പെട്ട മാർട്ടിൻ ഫെർണാണ്ടസ് വളരെ അകലെ നിന്ന് തന്നെ കാണാനെത്തിയ ശശികലയോട് തന്റെ രോഗത്തെക്കുറിച്ച് ഒന്നും പറഞ്ഞില്ല. അവളെ വാർഡ് കാണിച്ചുകൊടുത്ത് സുചിത്ര പൊയ്ക്കഴിഞ്ഞിരുന്നു. മാർട്ടിൻ ഫെർണാണ്ടസ് രക്തപ്രസാദം ഒട്ടുമില്ലാതെ തലയിണയിൽ ചാരിക്കിടന്ന് താൻ അവസാനമായി ചിത്രീകരിച്ചുകൊണ്ടിരിക്കുന്ന ഫിലിമിനെക്കുറിച്ച് പറയാൻ തുടങ്ങി. മൂവിക്യാമറയില്ല. നെഗറ്റീവ് ഫിലിമില്ല. ലൈറ്റ്സ് ഇല്ല. യൂണിറ്റ് ഇല്ല. അഭിനേതാക്കളില്ല. പക്ഷെ, ഇടയ്ക്കിടെ ചിത്രീകരണം നടക്കുന്നു.

ശശികല വന്നതോടെ എഴുതാത്ത തിരക്കഥയിലേയ്ക്ക് ഒരു സീൻകൂടിയായി.

"ഡോക്ടർ എന്തു പറഞ്ഞു?" ശശികല അയാളുടെ കരുവാളിച്ച കൺതടങ്ങളിലേയ്ക്ക് നോക്കിക്കൊണ്ട് വേപഥുവോടെ ചോദിച്ചു.

"ഡോക്ടർ ഒന്നും പറഞ്ഞിട്ടില്ല. കാരണം, എന്റെ ചിത്രത്തിൽ ഡോക്ടർക്ക് റോളില്ല." മാർട്ടിൻ ഫെർണാണ്ടസ് തളർച്ച മറന്ന് തെല്ലുറക്കെത്തന്നെ ചിരിക്കുകയായി. ശശികലയ്ക്ക് എന്തുകൊണ്ടോ അതുൾക്കൊള്ളാനായില്ല. അവളുടെ മനസ്സ് ആശുപത്രിയിൽ എത്തിയനേരം തൊട്ട് വല്ലാതെ പിടയ്ക്കുകയായിരുന്നു.

"എന്റെ മാസ്റ്റർപീസ് ഇതായിരിക്കും." മാർട്ടിൻ ഫെർണാണ്ടസ് പറഞ്ഞു. അവിടെയിരിക്കുമ്പോൾ ഭൂതകാലത്തിൽ നിന്നു നഗരത്തിന്റെ ഗന്ധങ്ങൾ പലതും തുറന്നുകിടന്നിരുന്ന ജാലകത്തിലൂടെ കടന്നുവരുന്നതായി തോന്നി ശശികലയ്ക്ക്. വറചട്ടിയിലുള്ള നിലക്കടലയുടെ, വറുത്ത കൊഞ്ചിന്റെ, മഷ്റൂം സൂപ്പിന്റെ, ചുട്ട പപ്പടത്തിന്റെ, ചെമ്മീൻ ചമ്മന്തിയുടെ, തന്തൂരിചിക്കന്റെ, മട്ടൺ കട്‌ലെറ്റിന്റെ, റവ ദോശയുടെ, ഗോബി മഞ്ചൂരിയന്റെ, അപ്പത്തിന്റെ, മട്ടൺ കറിയുടെ, പോർക്ക് ഫ്രൈയുടെ, ബീഫ് ചില്ലിയുടെ, താറാവ് റോസ്റ്റിന്റെ, കരിമീൻ കറിയുടെ, പൊങ്കലിന്റെ, വടയുടെ, പുത്തൻ ഉടുപ്പുകളുടെ, പുതിയ പുസ്തകങ്ങളുടെ, ക്രിസ്മസ് കേക്കിന്റെ, ഗുലാബ്ജാമിന്റെ, ഗണപതിക്കോവിലിന്റെ, മൃഗശാലയുടെ, കാഴ്ചബംഗ്ലാവിന്റെ, കടലിന്റെ ഗന്ധങ്ങൾ.

"കല എന്താ ഓർക്കുന്നത്?" മാർട്ടിൻ ഫെർണാണ്ടസ് ആരാഞ്ഞു.

അവൾ വിശദീകരിച്ചില്ല.

"നമ്മൾ പിരിഞ്ഞത് നിനക്കെങ്കിലും ഗുണകരമായി, അല്ലേ?"

ഒരു മുള്ളുകൊണ്ട് മുലക്കണ്ണിൽ കുത്തിയതുപോലെ അവൾക്കു നൊന്തു.

മാമോദിസ മുക്കിയ പള്ളി. സ്വന്തം ജനവും ഇഗ്നേഷ്യസ് അച്ചനും ഔസേപ്പുണ്ണിയും ഉറങ്ങുന്ന സെമിത്തേരി. പാച്ചൻചേട്ടന്റെ സംരക്ഷണത്തിലുള്ളപഴയ വീട്. അതെല്ലാം ഒരിക്കൽക്കൂടി കാണണം മാർട്ടിൻ ഫെർണാണ്ടസിന്. വേറെ ആഗ്രഹങ്ങളൊന്നും അവശേഷിക്കുന്നില്ല.

"എന്നോടുകൂടെ ഉണ്ടാകുമോയെന്ന് ചോദിച്ചു." ശശികല പറഞ്ഞു.

അവൾ സുചിത്രയുടെ ഫ്ളാറ്റിലായിരുന്നു. രാത്രി.

"എന്നിട്ട് നീയെന്തു പറഞ്ഞു?" സുചിത്ര തിരക്കി.

"ആലോചിച്ചു നോക്കുമ്പോൾ എന്റെ ഭാഗത്തും ഉണ്ടായിരുന്നു. കുറേ തെറ്റ്. അതിന് ഇങ്ങനെയൊരു പ്രായശ്ചിത്തമാകുമെങ്കിൽ ആകട്ടെ."

"നീ വന്നതിനുശേഷം മാർട്ടിന്റെ മുഖത്ത് ഒരു മാറ്റമുണ്ട്. ഗോപനും അതു ശ്രദ്ധിച്ചു."

ഗോപൻ ലിവിങ്റൂമിലുണ്ട്. മോന് പുതിയ ഹാരിപോർട്ടർ പുസ്തകം വായിച്ചുകൊടുക്കുന്നു.

"യാത്ര എങ്ങനെ?"

"അതൊക്കെ മാർട്ടിൻ അറേഞ്ച് ചെയ്തിട്ടുണ്ട്."

രാവിലെ ശശികല ആശുപത്രിയിൽ ചെല്ലുക. അവിടെ

ജോൺസിന്റെ വണ്ടിയുണ്ടാകും. ശശികല എത്തുമ്പോഴേയ്ക്കും ആശുപത്രിയിലെ ഔപചാരിക ചടങ്ങുകൾ തീർത്തിരിക്കും. പിന്നെ യാത്ര. അങ്ങനെയാണ് നിശ്ചയിക്കപ്പെട്ടതെങ്കിലും ശശികലയ്ക്കു രാവിലെ ആശുപത്രിയിൽ പോകേണ്ടി വന്നില്ല. ഇറങ്ങാൻ നേരത്ത് വാഹനവുമായി മാർട്ടിൻ ഫെർണാണ്ടസ് ഫ്ളാറ്റിനു താഴെ,

പകൽ തുടങ്ങിയത് ചാറ്റൽമഴയോടെയാണ്. ആറുമാസം മുമ്പ് ദർബാർ ഹാളിൽ ശശികലയുടെ ചിത്രപ്രദർശനം നടക്കുമ്പോൾ ചിത്രങ്ങൾ കാണാനായി ഒരു വൃദ്ധനെത്തി. ഹാളിൽ വലിയ ആൾത്തിരക്കില്ലായിരുന്നു. ഒരു സ്വകാര്യ ടെലിവിഷൻ ചാനൽ ചിത്രങ്ങൾക്കിടയിൽ നിർത്തി ശശികലയെക്കൊണ്ട് സംസാരിപ്പിക്കുമ്പോഴായിരുന്നു കുലീനനെന്നു തോന്നിക്കുന്ന വൃദ്ധന്റെ വരവ്. ഓവർകോട്ടും ടൈയും തൊപ്പിയും ധരിച്ച്, തെല്ല് കൂനി, ചൂരലിന്റെ സവാരിവടിയോടെ അയാൾ ചിത്രങ്ങൾക്കു മുന്നിലൂടെ നടന്നു. ഓരോ ചിത്രത്തിനു മുന്നിലെത്തിയപ്പോഴും അയാൾ തന്റെ കൈയിലെ കാലില്ലാക്കണ്ണട മുഖത്തിനു നേർക്ക് ഉയർത്തിപ്പിടിച്ചു.

“ഈ ചിത്രം, ഇതെനിക്കുവേണം.” കടലും കടൽക്കാക്കകളുമുള്ള ചിത്രം ചൂണ്ടിക്കാണിച്ച് അയാൾ പറഞ്ഞു.

സാധാരണ നടപടിക്രമമനുസരിച്ച് പ്രദർശനത്തിലെ ചിത്രങ്ങൾ പ്രദർശനം തീരുവോളം അതിൽ ഉൾപ്പെടേണ്ടതാണ്. വില്പന അനുവദനീയം തന്നെ. പക്ഷേ, വിറ്റതായി രേഖപ്പെടുത്തിയ ചിത്രങ്ങൾക്കു മേലും പ്രദർശനം അവസാനിക്കുന്നതുവരെ ചിത്രകാരിക്കു തന്നെയാണ് അവകാശം. തർക്കമില്ല; വൃദ്ധന് നടപടിക്രമമറിയാം. എന്നാൽ നിർഭാഗ്യവശാൽ, അയാൾക്ക് വീണ്ടും ഗാലറി സന്ദർശിക്കാനാവില്ല. അയാൾ തൊട്ടടുത്തനാൾ നഗരം വിടുകയാണ്.

“പക്ഷേ, എനിക്ക് ഈ ചിത്രം കൂടിയേ തീരൂ. അത്രയ്ക്കങ്ങ് ഇഷ്ടമായി. വില രൊക്കം പണമായി തരും. ചെക്കായിട്ടല്ല. പ്ലീസ്...”

ശശികല ബാലുവിനെ ആശ്രയിച്ചു. ഒരു തീരുമാനത്തിൽ എത്തണമല്ലോ.

“അതിനെന്താ?” ബാലു ഉപദേഷ്ടാവായി. “ഒരു ചിത്രമല്ലേ. കൊണ്ടു പോകട്ടെ. വേണമെങ്കിൽ അതുപോലൊന്ന് ഇന്നു രാത്രി വരച്ചുകൂടെ?”

“അതു പ്രയാസമായിരിക്കും.” വൃദ്ധൻ ശശികലയുടെ പക്ഷം ചേർന്നു.

“എന്നാലും സാരമില്ല.” ബാലു ഒരു നിലപാട് കൈക്കൊണ്ടാൽ

അതിൽ മാറ്റമില്ലെന്ന് ശശികലയ്ക്ക് നന്നായി അറിയാം. വേറൊരു ഘടകവും ബാലുവിനെ പിന്നീട് മറിച്ചു ചിന്തിക്കാൻ പ്രേരിപ്പിക്കില്ല.

വൃദ്ധൻ കണ്ണും കാതും കൂർപ്പിച്ചു നിൽക്കുകയായിരുന്നു.

"ശരി. നിങ്ങൾ എടുത്തോളൂ." ശശികല തീരുമാനമറിയിച്ചു.

വൃദ്ധൻ കൃതജ്ഞതകൊണ്ട് വിവശനായി. ശശികലയുടെ കൈയിൽ പാശ്ചാത്യരീതിയിൽ കൃതജ്ഞതാപൂർവം ചുംബിച്ചശേഷം ചിത്രവുമായി അയാൾ നടന്നു. വാതിൽക്കലെത്തി തിരിഞ്ഞുനിന്ന് ഒരിക്കൽക്കൂടി അയാൾ നന്ദി പ്രകാശിപ്പിച്ചു. ഇത്തവണ ശിരസ്സു കുനിച്ച്.

ആ സംഭവം ഇത്രയം വിശദരൂപത്തിൽ മാർട്ടിൻ ഫെർണാണ്ടസിന് എങ്ങനെ അറിയാമെന്നാലോചിച്ച് ശശികല വിസ്മയാധീനയായി. വാഹനം മഴയിലൂടെ പൊയ്ക്കൊണ്ടിരിക്കയായിരുന്നു. അവൾ മാർട്ടിനെ ആശ്ചര്യത്തോടെ നോക്കി. അയാൾ ഒരു രഹസ്യം താലോലിച്ചു കൊണ്ടെന്നപോലെ ഊറിച്ചിരിക്കുകയാണ്.

"ആരും എന്നെ തിരിച്ചറിഞ്ഞില്ല." അയാൾ ചിരിച്ചുകൊണ്ട് പറഞ്ഞു.

സെമിത്തേരിയിൽ ഒരു കുഴി കുത്തി അതിൽ കിടന്നുറങ്ങുകയായിരുന്നു ഔസേപ്പുണ്ണി. പത്തുവയസ്സുകാരനായ മാർട്ടിൻ വള്ളിനിക്കറുമിട്ട് ഓടിച്ചെന്ന് അയാളെ വിളിച്ചുണർത്തി. അയാൾക്ക് കെറുവായി. മനുഷ്യനെ കെടത്തി ഉറക്കുകേലെന്നു വച്ചാൽ!

"പിന്നേം ഉറങ്ങ്വാണോ?"

"എന്റെ കുഞ്ഞേ ശല്യപ്പെടുത്താതെ പോ."

"വികാരിയച്ചൻ വിളിക്കുന്നു."

"അച്ചന് വേറെ പണിയൊന്നുമില്ലേ. ചുമ്മാതെയാവും."

"ചുമ്മാതൊന്നുമല്ല."

"ഇവിടെയിങ്ങനെ കെടക്കുന്നതിന്റെ സുഖം കുഞ്ഞിനുമറിഞ്ഞുകൂടാ, അച്ചനുമറിഞ്ഞുകൂടാ. രണ്ടിനും അസൂയയാ."

"ഞാൻ അച്ചനോട് പറയട്ടെ."

"കുഞ്ഞേ, നില്ല്. നില്ല്."

കർത്താവിൽ നിദ്രപ്രാപിച്ചശേഷം ഉയിർത്തെഴുന്നേറ്റപോലെ ഔസേപ്പുണ്ണി കുഴിയിൽ നിവർന്നു. മുറിക്കയ്യൻ ഉടുപ്പിൽനിന്നും കാൽമടമ്പുകളോളമെത്താത്ത ലുങ്കിയിൽ നിന്നും പൊടിമണ്ണ് ഊർന്നു വീണു. മുടന്തിക്കൊണ്ട് അയാൾ കൊച്ചുമാർട്ടിന്റെ പിറകെ കുരിശുകൾക്കിടയിലൂടെ ഓടി. പാവം തോന്നി കൊച്ചുമാർട്ടിൻ നിന്നു. പ്രാഞ്ചി

ക്കിതച്ച് അയാൾ ഒപ്പമെത്തി.

"കുഞ്ഞിനും അച്ചനും കർത്താവ് കിറുക്ക് തന്നിരിക്കുന്നത് ഒരേ അളവു പിടിച്ചാ. ഒരാൾക്ക് കൊച്ചാണെന്നു കരുതി ഇത്തിരി കുറവും മറ്റേ ആൾക്ക് പ്രായക്കൂടുതലുണ്ടെന്നു കരുതി ഇത്തിരി കൂടുതലുമി ല്ല. ശരിയല്ലേ?"

"അച്ചനോടു തന്നെ ചോദിക്കണം."

"അയ്യോ ചോദിച്ചേക്കല്ലേ. ഔസേപ്പുണ്ണി ഒര് പാവമല്ല്യോ."

ഇഗ്നേഷ്യസ് അച്ചനെ ദൂരെ കാണാം, ജാതിക്കാമരത്തിനു കീഴെ യായി. ചെറിയ തോതിൽ സിനിമ പിടിക്കാനുള്ള ക്യാമറയുമായാണ് നില്പ്.

"അച്ഛനെന്നെ മരംകേറ്റുമെന്നാ തോന്നുന്നെ." ഔസേപ്പുണ്ണി അങ്ങോട്ടു നടക്കുമ്പോൾ വേവലാതിപ്പെട്ടു.

അതാണ് സംഭവിച്ചതും. ഇഗ്നേഷ്യസ് അച്ചൻ ഒരു സംവിധായകന്റെ ഗൗരവത്തോടെ പറഞ്ഞു:

"ശ്രദ്ധിച്ചു കേൾക്കണം. കൊച്ചുമാർട്ടിൻ ഓടിവന്ന് മരത്തേൽ കേറു ന്നു. പിറകെ കുശിനീടെ ഭാഗത്തുനിന്ന് ഔസേപ്പുണ്ണിയും ഓടിവരു ന്നു. കൊച്ചുമാർട്ടിനെ പിടിക്കാനായി ഔസേപ്പുണ്ണി മരത്തേൽ വലി ഞ്ഞുകേറുന്നു. സ്വാഭാവികമായും വീഴുന്നു. അത്രയും എടുക്കാം."

ഔസേപ്പുണ്ണിക്ക് അഭിനയിക്കേണ്ടതില്ലാത്തത് ഒന്നുമാത്രം; വീഴ്ച. എന്തെന്നാൽ മരംകയറ്റം അയാൾക്ക് വശമില്ലായിരുന്നു ഒട്ടും.

കൊച്ചുമാർട്ടിനും ഔസേപ്പുണ്ണിയും ചുവരിലേയ്ക്കു നോക്കി വീർപ്പ ടക്കിപ്പിടിച്ച് ഇരിക്കയാണ്. ചുവരിൽ അവർ തങ്ങളെത്തന്നെ കാണു കയാണ്. ഔസേപ്പുണ്ണി കുശിനിയുടെ ഭാഗത്തുനിന്ന് കൊച്ചുമാർട്ടിന്റെ പിറകെ ഓടിവരുന്നു. ജാതിക്കാമരത്തിൽ പൊത്തിപ്പിടിച്ച് കയറുന്നു. നെടുപെടാരം വീഴുന്നു.

"എന്റച്ചോ, ഇത് വല്ലാത്തൊരു സൂത്രവിദ്യതന്നെ." ഔസേപ്പുണ്ണി അതിശയപ്പെട്ട് പറഞ്ഞു.

"ബാക്കിയും കൂടി കാണ്." അച്ചൻ പ്രൊജക്ടറിനടുത്തിരുന്ന് പറ ഞ്ഞു.

ചുവരിൽ ഔസേപ്പുണ്ണി നെട്ടനെനിന്ന് ജാതിക്കാമരത്തിന്റെ കടും പച്ചയിലേയ്ക്ക് കണ്ണുകളുയർത്തി. കൊച്ചുമാർട്ടിൻ സുരക്ഷിതമായൊരു കൊമ്പിലിരുന്ന് കൊഞ്ഞനം കുത്തുകയാണ്. ഔസേപ്പുണ്ണിക്കു സഹി ച്ചില്ല. അയാൾ ചരൽമണ്ണുവാരി മുകളിലേയ്ക്കെറിഞ്ഞു. ഭൂമി സകല തിനേയും തന്നിലോട്ട് ആകർഷിക്കുകയല്ലേ? അങ്ങനെ ചരൽമണ്ണ്

ചറുപിറുന്നനെ ഔസേപ്പുണ്ണിയുടെ മുഖത്തുതന്നെ വന്നുവീണു. അയാൾ ഒരു ശകാരവാക്ക് ശക്തിയായി ഉരുവിട്ട് തിരിഞ്ഞുനടന്നു; സെമിത്തേരിയുടെ നേർക്ക്.

അനേകം കണ്ഠങ്ങളിൽ നിന്നായി ഒരു സങ്കീർത്തനം. ഒരുപക്ഷേ, മറ്റേതോ കാലത്തുനിന്ന്.

പള്ളിക്കകം തൊട്ട് മുമ്പുവരെ വിജനമായിരുന്നു.

ഫാദർ ഇഗ്നേഷ്യസ് അവിടെ ദിവ്യബലിയർപ്പിച്ചിരുന്നത് നിരവധി വർഷങ്ങൾക്കു മുമ്പാണ്.

ഒടുവിൽ കണ്ടതെപ്പോഴായിരുന്നു.? മാർട്ടിൻ ഫെർണാണ്ടസ് ഓർത്തുനോക്കി.

മറന്നിട്ടില്ല. അന്ന് അച്ചനു കൊടുക്കാനായി ഒരു വർണപുസ്തകം കൊണ്ടുവന്നിരുന്നു. പതിനായിരത്തിലധികം ഉദ്യാനസസ്യങ്ങളെക്കുറിച്ച് സമഗ്രമായി പ്രതിപാദിക്കുന്ന ബൊട്ടാണിക്ക. ഒരു ചവിട്ടുപടിയിലിരുന്ന് അച്ചൻ അത് സാവധാനം മറിച്ചുനോക്കി. കാഴ്ചശക്തി കുറവായിരുന്നു. പാർക്കിൻസൺസ് രോഗം ശരീരത്തെ ഏറെ ദുർബലമാക്കിയിരുന്നു. എങ്കിലും മുഖം പതുക്കെപ്പതക്കെ സന്തോഷപൂർണമായി.

അച്ഛനെയും തന്നെയും ഉൾക്കൊള്ളിച്ച് ഒരു പടം പിടിക്കണമെന്ന് പറയുമായിരുന്നു ഔസേപ്പുണ്ണി.

നടന്നില്ല.

അതിന്റെ സമാപനദൃശ്യം എന്നോ മനസ്സിൽ രൂപപ്പെടുത്തി വച്ചിട്ടുണ്ട്. ഔസേപ്പുണ്ണി സ്വൈരമായി കണ്ണടച്ച് കിടക്കുന്നു.

"കണ്ണുതുറന്ന് ഈ കെടപ്പ് ഒരു സുഖമാണ് കുഞ്ഞേ എന്ന് പറയൂ." അയാളോട് നിർദേശിക്കുന്നു.

അയാൾ മെല്ലെ തലയാട്ടുന്നു.

ക്യാമറ പ്രവർത്തിച്ചു തുടങ്ങുന്നു.

"ആക്ഷൻ!"

ഔസേപ്പുണ്ണി പക്ഷേ, പ്രതികരിക്കുന്നില്ല.

"കട്ട്!"

വീണ്ടും കുഴിവക്കിൽ ചെന്നുനിന്ന് അയാളോട് ചെയ്യേണ്ടതെന്തെന്ന് പറയുന്നു. അതു കേൾക്കുന്നതായി അയാൾ ഭാവിക്കുന്നില്ല. കണ്ണു തുറക്കുകയോ, തലയാട്ടുകയോ ചെയ്യുന്നില്ല. ഒന്നും കേൾക്കുന്നില്ല. ഒരു നിർദേശവും അനുസരിക്കുന്നില്ല. കുഴിയുടെ വശങ്ങളിൽ നിന്ന് മണ്ണുതാനേ കുറേശ്ശെ കുറേശ്ശെയായി അയാളുടെ ദേഹത്തേക്ക്

വീഴുന്നു.

പൂക്കൾ നെഞ്ചോടടുക്കി സെമിത്തേരിയിലൂടെ നടക്കുമ്പോൾ മാർട്ടിൻ ഫെർണാണ്ടസ് തിരിഞ്ഞുനോക്കി. ശശികല വാഹനത്തിനടുത്തുതന്നെ നിൽക്കുകയാണ്.

“പഴയ വീടല്യോ. എത്ര തൂത്താലും മാറാല പിന്നേം കാണും. മുറ്റത്താണേല് പറിച്ചുതീരുമ്പോഴേക്കും കള പിന്നേം കിളിർക്കും. ദെവസോം പാപ്പൻചേട്ടന് ഇതുതന്നെ പണി. ഒരു വീടാകുമ്പോ താമസിക്കാൻ ആരേലുമൊക്കെ വേണം.”

വരും. പാപ്പൻചേട്ടൻ ക്ഷമയോടെ കാത്തിരിക്കുക. താമസിക്കാൻ എന്നെങ്കിലും ആളുകൾ വരും. മുറ്റത്ത് കുട്ടികൾ ഉല്ലസിക്കും. നിഴലുകളിൽ അവർ നൃത്തം ചെയ്യും. പനിനീർ ചാമ്പയ്ക്കയും സപ്പോട്ടയും പേരയ്ക്കയും ആവോളം പറിച്ചുതിന്ന് അവർ വിശപ്പുതീർക്കും. അവർ പിറന്നപടി കായലിലേയ്ക്ക് എടുത്തുചാടി വഴുവഴുപ്പൻ വരാലുകൾക്കൊപ്പം നീന്തും. തെങ്ങിൻതണലുകളിൽ ഒളിച്ചും പതുങ്ങിയുമിരുന്ന് അവർ മധുരക്കള്ള് മോന്തും. അവർ കളിവീടുകളിൽ ഗാഢമായി ഉറങ്ങും. അവരുടെ സ്വന്തം മാലാഖമാർ അവിടെയെങ്ങും പറന്നുനടക്കും.

“വീട് ഞാൻ ദീപന്റെ പേരിൽ എഴുതിവച്ചിട്ടുണ്ട്. എന്നെങ്കിലും ഇവിടെ വന്ന് കുടുംബമായി താമസിക്കാൻ അവനോട് പറയണം.” കായലിനു സമാന്തരമായുള്ള നെടുംനിരത്തിലൂടെ വാഹനം പൊയ്ക്കൊണ്ടിരിക്കെ മാർട്ടിൻ പറഞ്ഞു.

ശശികലയുടെ കണ്ണുകളിൽ വിഹ്വലത തളംകെട്ടിനിന്നു.

“എനിക്കറിയാം. അവന് എന്നെ വെറുപ്പാണ്. സ്നേഹമുള്ള പപ്പയായി അവന്റെ മുന്നിൽ പ്രത്യക്ഷപ്പെടാൻ എനിക്ക് ഒരിക്കലും കഴിഞ്ഞിട്ടില്ല. ലോകത്തിന്റെ നിയമങ്ങൾ പലതും ഞാൻ അനുസരിച്ചില്ല. എന്തൊക്കെയോ എന്നെ പ്രലോഭിപ്പിച്ചു. ഞാൻ അതിനെല്ലാം വഴങ്ങുകയും ചെയ്തു. പാപങ്ങളുടെ ഒരു ചുമട് തന്നെയുണ്ട്. അതെവിടെയും ഇറക്കിവെയ്ക്കാനാവില്ല.”

“ഒന്നും പറയേണ്ട.”

ശശികല അയാളുടെ കൈത്തലം ചേർത്തുപിടിച്ചു. എഴുന്ന ഞരമ്പുകൾ.

“ദീപനെ എനിക്കൊന്നു കാണാൻ പറ്റുമോ? വേഷം മാറിയിട്ടാണേൽ എളുപ്പമായിരുന്നു. ഇനിയിപ്പൊ അതു വയ്യ. വേഷം മാറാനുള്ള കഴിവും പോയി.”

കൈചൂണ്ടിപ്പലകകൾ പിറകിലാകുന്നു. ഡ്രൈവർ ഒരു ലോറിയെ മറികടക്കാനായി തുടരെ ഹോൺ മുഴക്കി. ലോറിയിൽ പഴയ വീട്ടുപകരണങ്ങൾ. ആരോ വീടുമാറിപ്പോകുന്നു.

നഗരത്തിൽ എത്തിയ ഉടനെ ഇഷയെ കണ്ടുകിട്ടിയത് യാദൃച്ഛികമായാണ്. അവൾ ഏതോ സിനിമ കണ്ടിറങ്ങി നിരത്ത് മുറിച്ചുകടക്കാൻ നിൽക്കുകയായിരുന്നു. മാർട്ടിൻ ഫെർണാണ്ടസിനെ കണ്ടപ്പോൾ അതവൾക്കൊരു വിശേഷമായി. ദീപാങ്കുരനും അവളും തമ്മിലുള്ള സൗഹൃദത്തെക്കുറിച്ച് യാത്രയ്ക്കിടയിൽ നഗരത്തിൽ എത്തുംമുമ്പേ ശശികല അയാളെ ധരിപ്പിച്ചിരുന്നു. അവൾ അടുത്തിരുന്നപ്പോൾ പുത്രവധുവെന്നു കരുതിക്കൊണ്ടാവാം, അയാൾ അവളുടെ നെറുകെയിൽ കൈ ചേർത്തു. ദീർഘനേരം. അവൾക്ക് ഒരുപാട് സംശയങ്ങൾ മനസ്സിലുണ്ടായിരുന്നു. സിനിമയെക്കുറിച്ച് ഏതാനും ചില സംശയങ്ങൾ ഉന്നയിച്ചപ്പോഴേയ്ക്കും യാത്ര തീരുകയായി.

പ്രാചീനമായ ഒരു ചിഹ്നം പോലുള്ള തുരുമ്പിച്ച ഗെയ്റ്റ്.

പ്രായം ചെന്ന വൃക്ഷങ്ങൾ. കരിയിലകളും മഞ്ഞച്ച ഇലകളും ഏതാണ്ട് പൊതിഞ്ഞ പാത. ഇരു പാർശ്വങ്ങളിലും പരിചരിക്കപ്പെടാത്ത സസ്യങ്ങൾ.

മുമ്പെന്നോ തേച്ച മഞ്ഞനിറം ഹോസ്റ്റൽ കെട്ടിടത്തിന്റെ ചുവരുകൾക്ക് ഒരു വിദൂരസ്മൃതിയാണ്. ചുവരുകളിലെമ്പാടും ഗ്രാഫീറ്റി.

ശശികല ഇഷയോടൊപ്പം ഒന്നാം നിലയിലെ വരാന്തയിലൂടെ നടന്നുനീങ്ങി.

ഒഴിവുദിനമാണ്. ഹോസ്റ്റൽ മുറികൾ പലതും താഴിട്ട് പൂട്ടിയ നിലയിൽ. ഒച്ചയും അനക്കവുമില്ല.

വരാന്തയുടെ അറ്റത്തായി ദീപാങ്കുരന്റെ മുറി. പാതി ചാരിയ വാതിൽ. ഗിറ്റാർ നാദം. ഗായകരാരോ പാടുന്നു. ശിഥിലഗാനം. അത് പൊടുന്നനെ നിലച്ചു. ഓ, ദീപന്റെ അമ്മ!

വാതിൽക്കൽ അമ്മയേയും ഇഷയേയും കണ്ട് ദീപാങ്കുരൻ സംശയാകുലനായി. മുഖത്ത് കല്ലിപ്പ്.

"ചെല്ലെടാ." ദിൽഷാദ് പറഞ്ഞു. ഗിറ്റാർ ദിൽഷാദിനു കൈമാറി അവൻ എഴുന്നേറ്റു.

വരാന്തയിൽ നിന്ന് ശശികല താഴെ നിർത്തിയിട്ട വാഹനം അവന് ചൂണ്ടിക്കാണിച്ചുകൊടുത്തു. മുഖത്തെ കല്ലിപ്പ് അവന്റെ ശബ്ദത്തിലുമുണ്ടായിരുന്നു.

വാഹനത്തിൽ കാത്തിരിക്കുന്നത് ആരുമാകട്ടെ, അവന് കാണാൻ

താല്പര്യമില്ല. ഇഷ പറഞ്ഞുനോക്കി. അവന്റെ നിലപാട് പഴയതുതന്നെ. മാറ്റമില്ല. ക്രോധത്തിന്റെ ഒരു കനൽ അവൻ അമ്മയുടെ ഹൃദയത്തിലേയ്ക്കെറിഞ്ഞു. വെറുപ്പാണവന് അമ്മയെ, അമ്മ ചെയ്യുന്നത് വ്യഭിചാരമല്ലെങ്കിൽ മറ്റെന്ത്?

തെല്ലിട പകച്ചുനിന്ന് സാരിത്തലപ്പുകൊണ്ട് വായ പൊത്തിപ്പിടിച്ച് ശശികല പിന്മാറി. ഏതോ വിചിത്രജീവിയെയെന്നപോലെ ഒരുവക സ്തബ്ധതയോടെ ഇഷ ദീപാങ്കുരനെ നോക്കി. അവൾക്ക് വിശ്വാസം വരുന്നില്ല.

അവനെന്തോ വിശദീകരിക്കാൻ തുടങ്ങുമ്പോൾ അവൾ വിലക്കി; വേണ്ട. വേണ്ട.

ഗോവണിയിറങ്ങവേ അതിന്റെ പരുപരുത്ത ഓരോ പടിയും തന്നെ കൊണ്ടുപോകുന്നത് അപരിചിതമായ വേറെ എവിടേക്കോ ആണെന്ന്. ഇരുട്ടും തണുപ്പും നിറഞ്ഞ നിരാലംബമായ ഒരു ഗർത്തം തന്നെ കാത്തിരിക്കുന്നുവെന്ന് ശശികല ഭയന്നു.

മുമ്പൊന്നും നിലവിളി കേട്ടിട്ടില്ലാത്ത ഹോസ്റ്റൽ കെട്ടിടം ആദ്യത്തെ നിലവിളിക്കായി ചെവിയോർത്തു.

ദൈവംകെട്ട് മഹോത്സവം

ദേശത്തെ കാവിൽ ദൈവംകെട്ട് മഹോത്സവമായി.

വിഷ്ണുമൂർത്തി, ഗുളികൻ, ഭൈരവൻ, തീച്ചാമുണ്ഡി എന്നിങ്ങനെ ദൈവങ്ങളുടെ ഒരുപാട് വേഷങ്ങൾ കെട്ടിയാടിയശേഷം വൃദ്ധനായ ദേർമൻ പണിക്കർ ഒരുദിവസം പട്ടണത്തിൽ ബസ്സ്റ്റാൻഡിനു തൊട്ടടുത്തായുള്ള ബാങ്കിൽ ചെന്നു. അവിടെ ദേർമൻ പണിക്കരുടെ രണ്ടാമത്തെ മകൻ ഭാസ്കരൻ ജോലി ചെയ്യുന്നുണ്ട്.

"ഭാസ്കരാ." അയാൾ ഒരു കൗണ്ടറിനടുത്തുനിന്നു വിളിച്ചു.

ബാങ്കിൽ നല്ല തിരക്കുള്ള സമയമാണ്. ഓരോ കൗണ്ടറിനുമുന്നിലും നിരവധി പേർ ഇടപാടുകൾക്കായി നിൽക്കുന്നു.

തന്റെ പേര് വിളിച്ചതുകേട്ട് ഭാസ്കരൻ ഒരു പേരേടിൽനിന്നു മുഖമുയർത്തി.

"ഞാനാണ്." ദേർമൻ പണിക്കർ പറഞ്ഞു. പറ്റെ വെട്ടിയ തലയിൽ ഒരു ഈരിഴ തോർത്തു ചുറ്റി, കാതുകളിൽ പൊൻകടുക്കനിട്ടു നിൽക്കുന്ന അച്ഛനെ കണ്ട് ഭാസ്കരന്റെ മുഖം നൊടിയിൽ വിളറിവശായി. മൂന്നുമാസം മുമ്പ് ജ്യേഷ്ഠന്റെ മരണാനന്തരച്ചടങ്ങുകൾക്കായി ദേശത്തു പോയപ്പോഴാണ് അച്ഛനെ ഒടുവിൽ കണ്ടതെന്നു ഭാസ്കരൻ ഓർത്തു. വീടിന്റെ ഇറയത്തെ എണ്ണ പുരണ്ട ചാരുകസേരയിലിരുന്ന് അച്ഛനന്ന് എന്തൊക്കെയോ ആധി പറഞ്ഞുകേൾപ്പിച്ചിരുന്നു.

"ഞാൻ നിന്നെയൊന്നു കാണാൻ വന്നതാണ്." ദേർമൻ പണിക്കർ തെല്ല് ഒച്ചയുയർത്തി പറഞ്ഞു.

ഭാസ്കരൻ തന്റെ ഇടതുവശത്തിരിക്കുന്ന ഗ്രേസിയെന്ന സഹപ്രവർത്തകയെ ശ്രദ്ധിച്ചു. അവൾ ഒരു ഇടപാടുകാരനോട് എന്തോ വിശദീകരിക്കുന്നതിനിടയിൽ കൗതുകത്തോടെ ദേർമൻ പണിക്കരെ നോക്കുകയായിരുന്നു.

ഭാസ്കരൻ വലതുവശത്തുള്ള ഹരിദാസ് എന്ന സഹപ്രവർത്ത

കന്റെ നേർക്കു തിരിഞ്ഞു. അയാളുടെ മുഖത്ത് നേർത്തൊരു പരിഹാസച്ചിരിയുണ്ടെന്ന് ഭാസ്കരനു തോന്നി.

നേരെ മുകളിലായി ഫാൻ കറങ്ങുന്നുവെങ്കിലും ഉഷ്ണത്തിന് ഒട്ടും കുറവില്ല. ഭാസ്കരൻ പേരേട് മാറ്റിവെച്ച് എഴുന്നേറ്റ് മൂന്നു വശവും കണ്ണാടിച്ചുവരുള്ള മാനേജരുടെ മുറിയിലേക്കു പോയി. ഏതാനും നിമിഷനേരം പുറത്തുപോകാനുള്ള അനുവാദം നേടി. ദക്ഷിണ കർണാടകക്കാരനായ മാനേജർ സുബ്രഹ്മണ്യഭട്ട് തന്റെ നിലയ്ക്കു ജോലിത്തിരക്കിലായിരുന്നു.

ഭാസ്കരൻ പുറത്തു കടന്നു. ബാങ്ക് ഇപ്പോൾ പശ്ചാത്തലത്തിലായി.

"അച്ഛനെന്തിനാ വന്നത്?" അതിവിസ്തൃതമായ മുറിയുടെ ഒരു കോണിലേക്കു മാറിനിന്ന് ഭാസ്കരൻ ദേർമൻ പണിക്കരോടു ചോദിച്ചു.

അവർ നിൽക്കുന്നതിനടുത്തു ശുദ്ധജലം നിറച്ച ഒരു പ്ലാസ്റ്റിക് പാത്രമുണ്ടായിരുന്നു.

"ദാഹിക്കുന്നു. ഇതിൽനിന്ന് ഞാൻ ഇത്തിരിവെള്ളം കുടിക്കട്ടെ." ദേർമൻ പണിക്കർ പാത്രത്തിന്റെ ടാപ്പിനു നേർക്കു കൈ നീട്ടി.

"ലൈം ജ്യൂസ് കഴിക്കാം." ഭാസ്കരൻ പറഞ്ഞു.

ദേർമൻ പണിക്കർ ടാപ്പ് തുറന്നു ശുദ്ധജലം കുടിച്ചു തുടങ്ങിയിരുന്നു. ദാഹമകറ്റി അയാൾ മകനെ അഭിമുഖീകരിച്ചു.

"ദേശത്തെ കാവിന്റെ വടക്കേ നടയിൽ മൂന്നുകൊല്ലം കൂടുമ്പോ തീച്ചാമുണ്ഡി കെട്ടിയാടിക്കുമല്ലോ. ഇക്കൊല്ലം അതുള്ളതാ. തുലാവം ഇരുപത്തിയൊന്നിന്."

ഭാസ്കരൻ അച്ഛന്റെ പരവശമായ മുഖത്തു കണ്ണുനട്ടു നിന്നു. അയാൾ എന്താണു പറഞ്ഞുവരുന്നതെന്നു ഭാസ്കരനു മനസ്സിലായില്ല.

"നിന്റെ ഏട്ടൻ മരിച്ചുപോയ സ്ഥിതിക്കു നീയല്ലേ ഇനി കുടുംബത്തിലുള്ളൂ ദൈവംകെട്ടിന്." ദേർമൻ പണിക്കർ പറഞ്ഞു.

ഭാസ്കരൻ ചിരിച്ചുപോയി. ദേർമൻ പണിക്കർ അമ്പരന്നു.

"അച്ഛൻ വന്നിരിക്കുന്നത് എന്നെ ഏട്ടനു പകരമായി കണ്ടുകൊണ്ടാണ്, അല്ലേ?"

"പിന്നെയാരുണ്ട്?" ദേർമൻ പണിക്കർ നിസ്സഹായത സ്ഫുരിക്കുന്ന ശബ്ദത്തിൽ ചോദിച്ചു.

രണ്ട് ആൺമക്കളേ അയാൾക്കു പിറക്കുകയുണ്ടായുള്ളൂ. അവരി

ലൊരാൾ കോലംകെട്ടി ആടിത്തളർന്ന് അണിയറയിലേക്കു പോയി. ഇനി മടങ്ങിവരവില്ല. ഉണ്ടെങ്കിൽതന്നെ അത് ദേർമൻ പണിക്കരുടെ മകനായിട്ടാവില്ല. അയാൾക്കിനി അവശേഷിക്കുന്നത് ഒരു മകനാണ്.

"നീ ഇന്നുതന്നെ എന്റെ കൂടെ വരണം." അയാൾ മകനോട് പറഞ്ഞു.

ഭാസ്കരന് ഉച്ചത്തിൽ ചിരിക്കണമെന്നു തോന്നി. അച്ഛൻ തന്നെ ദൈവം കെട്ടിനു വിളിക്കുകയാണ്. കാഴ്ചക്കാരനായല്ല; നൂറ്റിയൊന്നു തവണ കനൽക്കൂമ്പാരത്തിൽ ചെന്നു വീഴുന്ന ഉഗ്രമൂർത്തിയായ തീച്ചാമുണ്ഡിയുടെ വേഷം കെട്ടിയാടുന്നതിന് പഴയ ചെണ്ടയും ഇടന്തലയും കുരുത്തോലയുടെ ഉടുപ്പും ചെക്കിപ്പൂക്കളും കാട്ടി അച്ഛൻ വിളിക്കുകയാണ്. ഏതിൽനിന്ന്? എങ്ങോട്ട്? ഭാസ്കരൻ ദേർമൻ പണിക്കരെ സഹതാപത്തോടെ നോക്കി. മുമ്പെന്നോ കേട്ട തോറ്റംപാട്ടുകളിൽ രണ്ടു വരി പോലും ഈ മകന്റെ മനസ്സിൽ ബാക്കിയില്ലല്ലോ. തെയ്യങ്ങളുടെ വരവിളിയും സ്തുതിയും മുൻപുസ്ഥാനവും അനുഗ്രഹവാക്യങ്ങളുമൊന്നും ഓർമയിൽ ഇല്ലല്ലോ. എന്നിട്ടും വിളിക്കുകയാണോ?

ദേർമൻ പണിക്കർ പതുക്കെ എന്തോ പറഞ്ഞ് ബാങ്കിൽനിന്നു പുറത്തിറങ്ങി. ഭാസ്കരൻ ആശ്വാസഭാവത്തിൽ തന്റെ ഇരിപ്പിടത്തിലേയ്ക്കു മടങ്ങി.

"ആരായിരുന്നു?" ഗ്രേസി ചോദിച്ചു.

"അച്ഛനല്ലേ?" വലതു വശത്തിരിക്കുന്ന ഹരിദാസ് അങ്ങനെ പറഞ്ഞതുകൊണ്ടു ഭാസ്കരന്റെ മറുപടി അപ്രസക്തമായി.

തൽസമയം ഏതോ ഇടപാടുകാരൻ മുന്നിലേയ്ക്കു കുനിഞ്ഞു. ഭാസ്കരൻ അയാളിലേയ്ക്കു ശ്രദ്ധതിരിച്ചു. രണ്ടുമണിയോടെ പണമിടപാടുകൾ അവസാനിപ്പിച്ചു. പിറകിലുള്ള മുറിയിൽ ഭക്ഷണത്തിനിരുന്നു. അഞ്ചുമണിയായപ്പോൾ അറ്റൻഡർ ദിവാകരൻ ജനവാതിലുകൾ ഒന്നൊന്നായി അടയ്ക്കാൻ തുടങ്ങി. ഭാസ്കരൻ ചോറ്റുപാത്രം കൊണ്ടുവരുന്ന ചെറിയ തുകൽസഞ്ചിയുമെടുത്ത് സഹപ്രവർത്തകർക്കൊപ്പം പുറത്തേക്കു നടന്നു. താമസസ്ഥലത്തെത്താൻ പത്തു മിനിറ്റ് മതി. അത് പന്ത്രണ്ട് ബാങ്ക്ജീവനക്കാരുടെ വസതികളടങ്ങിയ ഒരു ഹൗസിംഗ് കോളനിയാണ്. എല്ലാവർക്കും കൂടിയുള്ള കളിസ്ഥലത്തു കുട്ടികൾ ബാഡ്മിന്റൺ കളിക്കുന്നു.

ദേർമൻ പണിക്കർ ദേശത്തേക്കു മടങ്ങിയിരുന്നില്ല. അയാൾ ഭാസ്കരന്റെ മകളെ മടിയിലിരുത്തി വരാന്തയിലിരുന്നു കുട്ടികളുടെ കളി കാണുകയായിരുന്നു.

"അച്ഛൻ പോയില്ലേ?" ഭാസ്കരൻ വിസ്മയപൂർവം ചോദിച്ചു.

"ഇവള് സമ്മതിച്ചില്ല." ദേർമൻ പണിക്കർ പറഞ്ഞു.

ഭാസ്കരൻ കരുതിയത് അച്ഛൻ ബാങ്കിൽനിന്നിറങ്ങിയപാടേ ആദ്യം കണ്ട ബസിൽ ദേശത്തേക്കു മടങ്ങിക്കാണുമെന്നാണ്.

പിന്നെയും അച്ഛനെ നേരിടേണ്ടിവന്നിരിക്ക്യാണല്ലോ. ഭാസ്കരൻ അകത്തുകടന്ന് ലക്ഷ്മിയെ അന്വേഷിച്ച് അടുക്കള ഭാഗത്തേക്കു നോക്കി. ഫ്രിഡ്ജ് തുറക്കുമ്പോഴാണ് പിറകിൽ കാലൊച്ച കേട്ടത്. തിരിഞ്ഞുനോക്കിയില്ല. ഫ്രിഡ്ജിനുള്ളിൽ ഒരു തട്ട് നിറയെ മുന്തിരി ക്കുലകൾ.

"അച്ഛൻ കൊണ്ടുവന്നതാണ്." ലക്ഷ്മി പിന്നിൽനിന്നു പറഞ്ഞു.

ഭാസ്കരൻ നാലഞ്ച് മുന്തിരി ഇറുത്തെടുത്തു.

ഒരു കുപ്പിയിൽ നിന്നു തണുത്ത വെള്ളം കുറെ കുടിച്ചു.

"അച്ഛനെല്ലാം പറഞ്ഞു. നാളെ തൊട്ട് ഒരു മാസത്തെ ലീവ് എടു ക്കണം. പതിവ് മുടക്കണ്ട."

ഭാസ്കരൻ തിരിഞ്ഞ് ആശ്ചര്യത്തോടെ ലക്ഷ്മിയെ ഉറ്റുനോക്കി.

"അച്ഛൻ കാത്തിരിക്കയാണ്. ആവില്ലാന്ന് പറയരുത്." അവൾ തുടർന്നു.

പിന്നെ ഭാസ്കരൻ നീണ്ട അവധിയിൽ പ്രവേശിച്ചു. അച്ഛന്റെ വീടിന്റെ മുറ്റത്തുള്ള മുരിങ്ങകളിൽനിന്നു പൂക്കൾ ഉതിരുന്നതും മുരി ങ്ങാച്ചില്ലകളിൽ പച്ചയും കടുംമഞ്ഞയും നിറമുള്ള പക്ഷികളിരുന്നു പാടുന്നതും അവയുടെ പാട്ട് കേട്ടുകൊണ്ട് കുനിഞ്ഞു നടന്ന് കുട്ടികൾ മുരിങ്ങാപ്പൂക്കൾ പെറുക്കുന്നതും കണ്ടുകൊണ്ടിരിക്കെ തന്റെ ഉള്ളിൽ എന്തോ വന്നു നിറയുന്നതായി ഭാസ്കരന് അനുഭവപ്പെട്ടു. മുറ്റത്തു വെയിൽ പരന്നു. ഭാസ്കരൻ മനസ്സ് ഏകാഗ്രമാക്കി. ദേർമൻ പണി ക്കർ ഇടന്തലയിൽ താളമിട്ടുകൊണ്ട് തീച്ചാമുണ്ഡിയുടെ തോറ്റം പാടി. ഭാസ്കരൻ അത് ഉൾക്കൊണ്ടു. അകലെ തുളുനാട്ടിൽ നിന്ന് ഓങ്കാര മായി വന്ന മൂർത്തി മനസ്സിൽ സ്വരൂപമാർന്നു.

തുലാവം പിറന്നു. ഭാസ്കരൻ വ്രതശുദ്ധിയുടെയും കടുംപരിശീല നത്തിന്റെയും ദിനരാത്രങ്ങളിലൂടെ കടന്നുപോയി. കാവിന്റെ ചുറ്റിലും അനേകമനേകം ചെക്കിപ്പൂക്കൾ വിരിഞ്ഞുനിന്നു. ചില വൈകുന്നേ രങ്ങളിൽ അവയിലേക്കു തുലാമാസത്തിന്റെ മഴ പെയ്തിറങ്ങി. ഭാസ്ക രൻ ഇടന്തല മുന്നിൽ വെച്ച് തോറ്റം പാടാനിരുന്നു. ദേർമൻ പണി ക്കർ ശ്രദ്ധയോടെ കേട്ടിരുന്നു. വരികൾ മറന്നുപോയപ്പോൾ അയാൾ ഭാസ്കരനു ചൊല്ലിക്കൊടുത്തു. ഭാസ്കരന്റെ മകൾ മരിച്ചുപോയ വല്ല്യ ച്ചന്റെ രണ്ടുമക്കൾക്കൊപ്പം അവരെ നോക്കിക്കൊണ്ട് ഇറയത്തിരുന്നു.

എന്നും രാത്രിയിൽ മറ്റെല്ലാവരും ഉറങ്ങിക്കിടക്കെ ഭാസ്കരൻ തോറ്റംപാട്ടോ അനുഗ്രഹവാക്യങ്ങളോ ഉരുവിട്ടുകൊണ്ടു മുറ്റത്തുകൂടി ഏറെ നേരം നടന്നു. ആരോ വെളുത്തീയത്തകിടുകൾ ചെറിയ തുണ്ടുകളാക്കി പതിച്ചുവച്ചതുപോലെ ദൂരെ നക്ഷത്രങ്ങൾ. ഒരു ദൈവക്കോലമണിഞ്ഞ കിരീടം പോലെ ആകാശം. ഭാസ്കരൻ സ്തബ്ധനായി നിന്നു ചെവിയോർക്കും. കാൽച്ചിലമ്പുകളുടെ മുഴക്കം? വായ്ത്താരി?

തുലാവം ഇരുപത്തിയൊന്നിനു സന്ധ്യയ്ക്ക് കാവിനു പിന്നിലെ ഓലകൊണ്ടു കെട്ടിയ അണിയറയിൽനിന്നു ദേർമൻ പണിക്കർ ഭാസ്കരനെ ഒരു ചുവന്ന പട്ടുടുപ്പിച്ചു. മറ്റൊരു പട്ട് തലയിൽ കെട്ടി അതിന്റെ ഒരറ്റം മടക്കി പിന്നോക്കമിട്ടു. ആ വേഷത്തിൽ ഭാസ്കരൻ കാവിന്റെ നടയിലെത്തി പള്ളിയറയിൽ നിന്നു കൊടിനാക്കിലയിൽ അരിയും തിരിയും ഏറ്റുവാങ്ങി അതുമായി കാവ് ചുറ്റി.

കാവിന്റെ വടക്കേ നടയിൽ കുന്നുകൂട്ടിയ ചെമ്പകത്തിന്റെയും പുളിയുടെയും തടിക്കഷണങ്ങളിൽ തീയാളി.

പാതിരായ്ക്കു കുരുത്തോലകൊണ്ടുള്ള ഉടയാടകളും തലപ്പാളിയും ചെറിയ കിരീടവുമായി തോറ്റം കാവിനു മുന്നിലേക്ക് എഴുന്നള്ളി. കാവിന്റെ മുന്നിലെ പീഠത്തിൽ വച്ച ഇടന്തലയിൽ താളം കൊട്ടി തോറ്റം പാടിത്തുടങ്ങി.

വടക്കേ നടയിലെ വിറക് മുഴുവനും കത്തി അവിടെ രണ്ടാൾ ഉയരത്തിലുള്ള ഒരു കനൽക്കൂമ്പാരമായി. ചുവന്നൊരു പരിവേഷം തീർത്ത് കനൽക്കൂന ജ്വലിച്ചു. അതിന്റെ കൊടും ചൂട് നാലുപാടും പരന്നു. പുലർച്ചയ്ക്ക് തൊട്ടുമുമ്പായി മുഖത്തെഴുതി, സർപ്പമുടിയും വട്ടൊടയുംധരിച്ച്, കാലുകളിൽ ചെക്കിപ്പൂവു കോർത്ത പറ്റും പാടകവും അവയ്ക്കു കീഴെ കിലുങ്ങുന്ന ഓട്ടുചിലമ്പുകളുമായി തീച്ചാമുണ്ഡി ഒരുങ്ങിവന്നു. ഇരുവശത്തുനിന്നും രണ്ടുപേർ വലിയ ചൂട്ടുകറ്റകൾ വീശി വെളിച്ചം കാട്ടി. ചെണ്ടകൾ മുഴങ്ങി. ഉറഞ്ഞുതുള്ളുന്ന തീച്ചാമുണ്ഡിയെ നോക്കി പല ദേശങ്ങളിൽ നിന്നെത്തിയവർ വീർപ്പടക്കി നിന്നു. അവരുടെ കൂട്ടത്തിൽ ബാങ്ക് മാനേജരായ സുബ്രഹ്മണ്യഭട്ടും അയാളുടെ ഏതാനും കീഴ്ജീവനക്കാരുമുണ്ടായിരുന്നു. തീച്ചാമുണ്ഡിയെ കണ്ണെടുക്കാതെ നോക്കിയപ്പോൾ അവരറിഞ്ഞത് ഒരു അപരിചിത സാന്നിധ്യമാണ്. രണ്ടാൾ ഉയരത്തിലുള്ള തീക്ഷ്ണ ശോഭയാർന്ന മേലേരിയുടെ നേരെ ചിലമ്പുകളിളക്കി പാഞ്ഞുചെന്ന് തൊഴുതുകൊണ്ട് മേലേരിയിൽ കമിഴ്ന്നു വീഴുന്ന തീച്ചാമുണ്ഡിയെ മാത്രമേ അവർക്കു കാണാനായുള്ളൂ. രണ്ടു കരുത്തന്മാർ ചേർന്നു തീച്ചാമു

ണ്ഡിയെ മേലേരിയിൽ നിന്നു പിറകോട്ടുമാറ്റി. അവരുടെ ബലിഷ്ഠമായ കൈകളുടെ വലയം ഭേദിച്ച് തീച്ചാമുണ്ഡി പുറത്തു കടന്നു. ഒരലർച്ചയോടെ പിന്നെയും മേലേരിയിൽ ചെന്നുവീണു.

ലക്ഷ്മിയുടെ സമീപത്തായി നിന്നിരുന്ന ദേർമൻ പണിക്കർ തീച്ചാമുണ്ഡി ഓരോ പ്രാവശ്യം നെരിപ്പിൽ വീഴുമ്പോഴും വിറയലോടെ എണ്ണുന്നുണ്ടായിരുന്നു. നാല്പത്തിയേഴ്... നാല്പത്തിയെട്ട്.... തീച്ചാമുണ്ഡി മേലേരിയിൽ അമർന്നു കിടന്നു കനലുകളിലേക്കു കണ്ണുതുറന്നു. പിറകിൽനിന്നു നാലുകൈകൾ നീണ്ടുചെന്നു. ദേർമൻ പണിക്കർ എണ്ണൽ തുടർന്നു.... തൊണ്ണൂറ് തൊണ്ണൂറ്റൊന്ന്.... തീച്ചാമുണ്ഡി പിന്നെയും പിന്നെയും നെരിപ്പിലേക്ക് തിരിച്ചുപോയി... ദേർമൻ പണിക്കരുടെ ശബ്ദത്തിലെ വിറയൽ അനിയന്ത്രിതമായി... തൊണ്ണൂറ്റൊമ്പത്... നൂറ്... അയാൾ ലക്ഷ്മിയെ ചുറ്റിപ്പിടിച്ചു കരയാൻ തുടങ്ങി.

നൂറ്റിയൊന്നാമത്തെ തവണയും തീച്ചാമുണ്ഡി കനൽക്കൂമ്പാരത്തിനു നേർക്കു കുതിച്ചു.

"മതി.... മതിയോ.... മതി." മേലേരിക്കു നിന്നിരുന്നവരിൽ പലരും ഉറക്കെ വിളിച്ചു പറഞ്ഞു.

അത്യുച്ചത്തിൽ മുഴങ്ങിക്കൊണ്ടിരുന്ന ചെണ്ടകളുടെ താളം മുറുകി. അവസാനമായി മേലേരിയിലേക്കു കുതികൊള്ളുന്ന തീച്ചാമുണ്ഡിയെ നോക്കി ലക്ഷ്മി വാവിട്ടു കരഞ്ഞു. അവളെ ആശ്വസിപ്പിക്കേണ്ടിയിരുന്ന ദേർമൻ പണിക്കർ അതിനുമുമ്പേ കരയുകയായിരുന്നു. അല്പം കഴിഞ്ഞ് തീച്ചാമുണ്ഡിയെ കാവിനു മുന്നിലേയ്ക്ക് എഴുന്നെള്ളിച്ചു കൊണ്ടുപോയി ശിരസ്സിലേറ്റിയ തിരുമുടി അഴിച്ചു മാറ്റിയാൽ ലക്ഷ്മിക്കു തന്റെ ഭർത്താവിനെയും ദേർമൻ പണിക്കർക്കു തന്റെ മകനെയും സുബ്രഹ്മണ്യഭട്ടിനു തന്റെ കീഴ്ജീവനക്കാരനെയും വീണ്ടുകിട്ടും. ദൈവംകെട്ട് മഹോത്സവത്തിന് അതോടെ അന്ത്യമാകും. ദൈവം കെട്ടിയ ആൾ വീണ്ടും മനുഷ്യനാകും. അയാൾക്കു വിശ്രമം കഴിഞ്ഞ് അച്ഛനോടു യാത്രചൊല്ലി ഭാര്യയെയും മകളെയും കൂട്ടി താൻ താമസിക്കുന്ന പട്ടണത്തിലേക്കു മടങ്ങിപ്പോകാം. അവധി തീർന്നു ബാങ്കിൽ ജോലിക്കു ഹാജരാകാം. പേരേടുകൾക്കരികെ സ്ഥാനം പിടിക്കാം.

ആരവങ്ങൾ തുടരവേ നൂറ്റിയൊന്നാമത്തെ തവണയും തീച്ചാമുണ്ഡി മേലേരിയിൽ പതിച്ചു. തീക്കനലുകളുടെ രൗദ്രഭംഗി ഒരിക്കൽകൂടി നേത്രങ്ങളിൽ നിറഞ്ഞു. പൊടുന്നനെ കാഴ്ച മങ്ങി. ചെണ്ടകളുടെ മുഴക്കം കേൾക്കാതായി.

തീച്ചാമുണ്ഡി കനലുകളിൽ അമർന്നു കിടന്നു. ചുറ്റും മനുഷ്യർ നോക്കിനിന്നു.

കുളിര്

മംഗലാപുരം മെയിലിന് മകളുടെ മകനും മാഹിയിലെ മഹാത്മാ ഗാന്ധി കോളേജിൽ പ്രീഡിഗ്രിക്കു പഠിക്കുന്നവനുമായ ജയശീലനോടൊപ്പം മൂത്തമ്മ കാഞ്ഞങ്ങാട്ട് വന്നിറങ്ങി. ഡീസലെഞ്ചിൻ ഘടിപ്പിച്ച വണ്ടിയിൽ മൂത്തമ്മ ആദ്യമായി കയറിയതായിരുന്നു. കാസർക്കോട്ടേക്കും മംഗലാപുരത്തേയ്ക്കും പോകാൻ തീവണ്ടിയിൽ തിരക്കിക്കയറുന്നവർക്കിടയിൽ സ്വയം നഷ്ടപ്പെട്ടപോലെ മൂത്തമ്മ നിന്നു.

"ഊയെന്റപ്പാ", മൂത്തമ്മ അതിശയിച്ചു. "മാഹീന്ന് നമ്മളിപ്പം കേറ്യതല്ലേ ഉള്ളൂ. എന്തൊരു പാച്ചിലാ വണ്ടീന്റെ..."

ജയശീലൻ ചിരിച്ചു.

"ഡീസല് വണ്ട്യാ മൂത്തമ്മേ." അവൻ പറഞ്ഞു.

പ്ലാറ്റ്ഫോമിലെ നരച്ച സിമന്റ് ബഞ്ചുകൾ കടന്ന്, തൂണുകൾ കടന്ന്, ഫിലിംഫെയറും സ്റ്റാർ ആന്റ് സ്റ്റൈലും മറ്റും തൂങ്ങിയാടുന്ന സ്റ്റാൾ കടന്ന്, അവർ പുറത്തെത്തി. അവിടെ ഓട്ടോറിക്ഷകളും ടാക്സികളും യാത്രക്കാരെ കാത്തുനിൽപ്പുണ്ടായിരുന്നു. അലസമായി തന്റെ ടാക്സി ചാരിനിന്ന് പുകവലിക്കുകയായിരുന്ന ഒരു ഡ്രൈവർ തിരക്കി:

"ടാക്സി വേണോ?"

മൂത്തമ്മ എടുത്തടിച്ച മട്ടിൽ പറഞ്ഞു:

"കണ്ടത്തിലേക്കൂടി നാലു ചൊവട് വെച്ചാലെത്തും കടപ്പൊറത്ത്. പിന്ന്യെന്തിനാ നിന്റെ ടാക്സി!"

വെളുത്ത മുടിയിഴകൾ കാറ്റിൽ പാറിച്ചുനിൽക്കുന്ന ഒരു മദാമ്മയിൽ ശ്രദ്ധ കേന്ദ്രീകരിക്കേണ്ടി വന്നതിനാൽ ഡ്രൈവർ ഒന്നും പറഞ്ഞില്ല.

മദാമ്മ സത്യം തേടി ആനന്ദാശ്രമത്തിലേയ്ക്ക് പോവുകയായിരുന്നു. കണ്ണൂരിൽ നിന്ന് വണ്ടിയിൽ കയറിയ അവൾ മൂത്തമ്മയുടെ തൊട്ടടുത്താണ് ഇരുന്നത്. മൂത്തമ്മയ്ക്ക് വലിയ സന്തോഷമായി, കാതിലെ

വലിയ തോടകളിലേയ്ക്ക് അവൾ കൗതുകത്തോടെ നോക്കിയപ്പോൾ.

"നമ്മെ മാഹീന്ന് ചായ്ച്ചതാ. ഓരോന്നും രണ്ടു പവനുണ്ട്."

മൂത്തമ്മ വിവരിച്ചു.

മദാമ്മ മിഴിച്ചുനോക്കി.

"ഓലിക്ക് തിരിയൂല്ല മൂത്തമ്മേ." ജയശീലൻ പറഞ്ഞു.

"ഞ്ഞി മിണ്ടാണ്ടിരി." മൂത്തമ്മ പറഞ്ഞു: "പൊന്നിന്റെ കാര്യം പറഞ്ഞാ തിരിയാത്ത പെണ്ണില്ല. ഏതു നാട്ട്ന്നായ്ക്കോട്ടെ, അതു തിരിയും."

അല്ലേ എന്നു ചോദിക്കുന്നപോലെ മൂത്തമ്മ മദാമ്മയെ നോക്കി. ഉവ്വ്, ശരിയാണ്. മൂത്തമ്മ പറഞ്ഞത് ശരിയാണ്... മദാമ്മ ചിരിച്ചു. ജയശീലൻ പതുക്കെ കണ്ണുചിമ്മി. ഇടയ്ക്കെപ്പോഴോ കണ്ണു തുറന്നു നോക്കുമ്പോൾ മൂത്തമ്മയും മദാമ്മയും കാര്യമായി എന്തോ പറയുകയായിരുന്നു!

"ഞാങ്ങ ഇങ്ങോട്ടാ. വരുന്നോ?" മൂത്തമ്മ ചോദിച്ചു.

മദാമ്മ ചിരിച്ചുകൊണ്ട് കൈയുയർത്തി.

നല്ല വെയിലുണ്ടായിരുന്നു. മൂത്തമ്മ കുടയെടുത്തിരുന്നില്ല. ജയശീലന്റെ കാര്യമാണെങ്കിൽ പറയുകയും വേണ്ട. പെരുമഴയത്തും കുടയെടുക്കാത്ത പ്രകൃതമാണ്.

മൂത്തമ്മയുടെ കാതുകളിലെ തോടകളിൽ വെയിൽ മിന്നി.

മരങ്ങളിൽ ഒരു കാറ്റുവീശി.

മൂത്തമ്മ തീവണ്ടിയാപ്പീസിനു പിന്നിലെ മുത്തപ്പന്റെ അറയ്ക്കു മുന്നിൽ നിന്ന് കൈകൂപ്പി. തീവണ്ടികൾ പാളം തെറ്റാതെ ഓടുന്നത് മുത്തപ്പന്റെ കൃപകൊണ്ടാണെന്ന് മൂത്തമ്മ വിശ്വസിച്ചിരുന്നു. ജയശീലന് പക്ഷേ, അത്തരം വിശ്വാസങ്ങളൊന്നും ഉണ്ടായിരുന്നില്ല. അവനെ ഒരു മാഷ് കുറേശ്ശെ യുക്തിവാദം പഠിപ്പിച്ചിരുന്നു.

"വാ" മൂത്തമ്മ അവനെ വിളിച്ചു.

അവർ നടന്നു.

വഴിവക്കിൽ ആശാരിമാർ പണിയെടുക്കുന്നതു കണ്ടപ്പോൾ മൂത്തമ്മയ്ക്ക് മാഹിയിലെ ആശാരിമാരെ ഓർമവന്നു. ഇവിടെ എത്രയാണാവോ പണിക്കൂലി? മൂത്തമ്മ ജയശീലനോട് അതേപ്പറ്റി ചോദിച്ചു. അവൻ എന്തറിഞ്ഞു!

"നിനിക്കറിയ്യോ, പണ്ട് നാലണയായിരുന്നു കൂലി. കള്ളുകുടിക്കാൻ ഒരണ അതിനുപുറമെ. അതു കിട്ടിയാല് ഇവര് എന്തുചെയ്യുംന്ന് അറിയ്യോ. നാലണയ്ക്ക് കള്ളു കുടിക്കും. ഒരണയ്ക്ക് വീട്ടിലേക്ക് വല്ലതും

വാങ്ങിയാലായി."

മൂത്തമ്മ ചിരിച്ചു. ജയശീലനും ചിരിച്ചു. തുടർന്ന് മൂത്തമ്മ ആശാരിമാർക്കും കല്പണിക്കാർക്കും എത്ര കിട്ടിയിട്ടും ഫലമില്ലെന്നു പറഞ്ഞു. "തലേലെഴുത്ത്, അല്ലാതെന്താ?"

വഴി പടിഞ്ഞാറോട്ട് തിരിഞ്ഞു. ഇടതുവശത്തു വയലുകളും വലതുവശത്ത് കൊങ്ങിണികളുടെ വീടുകളും. മുമ്പൊരിക്കൽ മൂത്തമ്മ ഈ വഴി പോകുമ്പോൾ വീടുകൾ പൊടുന്നനെയുണ്ടായ ഒരു മരണത്തിൽ വിലപിക്കുകയായിരുന്നു. മരിച്ച വീട്ടിലേയ്ക്കു കയറിച്ചെന്ന് മൂത്തമ്മയും കുറെ കരഞ്ഞു. മരിച്ചതാരെന്ന് മൂത്തമ്മയ്ക്കറിയില്ലായിരുന്നു. മൃതദേഹം മംഗലാപുരത്തായിരുന്നു.

തെങ്ങുകൾ മാത്രമുള്ള പറമ്പ് കടന്ന്, വയലുകളെ പകുത്ത് വഴി പടിഞ്ഞാറോട്ട് നീണ്ടു. ഇരുവശത്തേയും വയലുകളിൽ മധുരക്കിഴങ്ങു കൃഷി തുടങ്ങിയിരുന്നു. കിഴങ്ങുവള്ളികൾ നടുന്നതിനിടയിൽ കരഞ്ഞു ബഹളം വെയ്ക്കുന്ന മക്കളെ ശാസിക്കുന്ന അമ്മമാർ. മൂത്തമ്മയ്ക്കു കരയുന്ന കുട്ടികളെയെല്ലാം നെഞ്ചോടു ചേർത്തു പിടിക്കാനും നെറുകയിൽ ഉമ്മവെയ്ക്കാനും തോന്നി.

"ജയശീലാ, ഞ്ഞി എന്താ ഒന്നും മിണ്ടാത്തത്?" മൂത്തമ്മ ചോദിച്ചു.

ജയശീലൻ പിന്നിൽ നടക്കുകയായിരുന്നു.

"ഞാനെന്താ പറയേണ്ടത് മൂത്തമ്മേ?"

"നിനക്ക് എന്നോട് ദേഷ്യംണ്ടോ മോനേ?"

"എന്തിന് മൂത്തമ്മേ?"

"ഈ വയസ്സുകാലത്ത് മാഹീന്നേ ഈ കടപ്പൊറത്തേയ്ക്ക് തെയ്യം കാണാൻ വരാൻ മൂത്തമ്മയ്ക്കെന്തായിപ്പോയീന്ന് നിരീച്ചിറ്റ്."

"എനിക്ക് ഒരു ദേഷ്യവും ഇല്ല. അല്ലെങ്കില് തന്നെ ഞാൻ മൂത്തമ്മ്യോട് ദേഷ്യപ്പെടോ."

"നിന്റെ അമ്മ ന്നോട് ദേഷ്യപ്പെട്ടു മോനേ."

മൂത്തമ്മയ്ക്ക് അതോർത്തു നൊന്തു.

കഴിഞ്ഞ തുലാത്തിലോ വൃശ്ചികത്തിലോ ആണ് ഇവിടേയ്ക്കു വന്നത്. അന്നു പത്മാവതി പെറ്റുകിടക്കുകയായിരുന്നു. പ്രസവിച്ച വിവരം അന്നു തന്നെ അറിയിക്കാത്തതിൽ മൂത്തമ്മ കലശലായി പരിഭവം കൊണ്ടു. പെട്ടെന്നു തന്നെ പരിഭവം മറന്നു പോവുകയും ചെയ്തു. പിന്നെ ചെമ്പരത്തിയിലകൾ പറിച്ച് താളി പിഴിഞ്ഞു. മഞ്ഞൾ അരച്ചു. ഉലുവയും ചതുപ്പയും പൊടിച്ചു. കുരുമുളക് ചേർത്ത് കരി

മീനും നോങ്ങലും കറിവെച്ചു. കുഞ്ഞിനെ പാളയിൽ കിടത്തി കുളിപ്പിച്ച് കണ്ണുകളിൽ കരിമഷിയെഴുതി. കുഞ്ഞിനെ ഉറക്കാൻ പഴയ താരാട്ടുപാടി. ആ സ്നേഹത്തിൽ പത്മാവതിയുടെ കണ്ണുകൾ നിറഞ്ഞു.

"മൂത്തമ്മയല്ലാതെ ആര്ണ്ട് എനിക്ക്." അവൾ വിതുമ്പി.

മാളു മരിച്ചു. അവൾ പെറ്റ മക്കളിൽ പത്മാവതി മാത്രമേ ബാക്കിയുള്ളൂ.

"എന്റെ മുക്കുവന് പണവുമില്ല. പദവീം ഇല്ല. ആയ്ക്കോട്ടെ. മൂത്തമ്മേടെ മക്കളെ ഭർത്താക്കന്മാരൊക്കെ നല്ല നെലയില്ണ്ടല്ലോ. അതന്നെ എന്റെ സന്തോഷം. ഞാങ്ങള് ഇത്രേം ദൂരെ ഈ ചാപ്പേല് കഴിഞ്ഞോളാം ആര്ടെ അടുത്തും വരുന്നില്ല. ഒന്നും കേൾക്കണ്ടല്ലോ."

മൂത്തമ്മ അവളെ തടഞ്ഞില്ല.

പറയട്ടെ.

അവൾ ട്രെയിനിംഗ് കഴിച്ച് ടീച്ചറായി. അവളെ ശിവദാസൻ മംഗലം കഴിച്ചു. അവൻ പാവമായിരുന്നു. കടലിൽ പോകുന്ന ഒരു മുക്കുവൻ. അത്രമാത്രം. അമ്മ പോയതിൽ പിന്നെ പത്മാവതി കാഞ്ഞങ്ങാട്ടേക്കു വന്നു. മാഹിയിൽ ആരുണ്ടവൾക്ക്? മൂത്തമ്മയോ? മൂത്തമ്മയുടെ മക്കളോ? മൂത്തമ്മ പോകരുതെന്ന് അവളോട് പറഞ്ഞിരുന്നു. പക്ഷേ....

കാഞ്ഞങ്ങാട്ടു താമസമാക്കിയതിനുശേഷം അവൾ മാഹിയിലേയ്ക്ക് വന്നു; പെരുന്നാളിന്. വന്നു കയറിയ ഉടനെ സുധർമയും രോഹിണിയും തുടങ്ങി.

"ഇതെന്തു സാരി? ഇതും ഉടുത്തോണ്ടാണോ...."

"നീയെന്തണേ വലിയ ടീച്ചറൊക്കെ ആയിട്ട്...."

അവൾ കഴുത്തിലിട്ട മാല ആരോടു കടം വാങ്ങിയതാണെന്ന് രാധയ്ക്കറിയണം.

അവൾ നിന്നനില്പിൽ ഉരുകുന്നത് മൂത്തമ്മ കണ്ടു.

"ഒന്നു മിണ്ടാതിരിക്ക്." മൂത്തമ്മ മക്കളോട് കയർത്തു. " നിങ്ങടെ ഇളയമ്മേരെ മോളല്ലേ ഓള്."

മക്കളുടെ നടുവിൽ മൂത്തമ്മ തനിച്ചായിരുന്നു. സുധർമയും രോഹിണിയും കല്യാണം കഴിഞ്ഞ് ഭർത്താക്കന്മാരുടെ വീടുകളിലേയ്ക്ക് പോയി. സുധർമ തലശ്ശേരിയിൽ. രോഹിണി ചെറുകല്ലായിയിൽ. ഹരീന്ദ്രൻ ഭാര്യയോടൊപ്പം പോണ്ടിച്ചേരിയിൽ. വീട് രാധയ്ക്ക്. രാധയുടെ ഭർത്താവിന് സ്വന്തമായി ബോട്ടുണ്ട്. അവർക്കൊന്നും പത്മാവതിയെ ഓർമിക്കാൻ നേരമില്ല. പല പല വ്യഗ്രതകൾക്കിടയിൽ അവരൊക്കെ അവളെ മറന്നു. എന്നാൽ മൂത്തമ്മ അവളെ എന്നും ഓർത്തു. മൂത്തമ്മ

മാത്രം. എന്നിട്ടും മാളു ഒരു രാത്രി വന്ന് കരയുന്ന ശബ്ദത്തിൽ ചോദിച്ചു:

"ഏടത്തി എന്റെ മോളെ മറന്നു അല്ലേ."

മൂത്തമ്മ ഞെട്ടിയുണർന്നു. അന്നു പിന്നെ മൂത്തമ്മയ്ക്ക് ഉറങ്ങാനായില്ല. ഒരുപാട് നേരം കരഞ്ഞു.

പിറ്റേന്ന് പത്മാവതിയുടെ കത്തുകിട്ടി. വൃശ്ചികം പത്തൊമ്പതിനും ഇരുപതിനും തെയ്യമാണ്. മൂത്തമ്മ വരുമോ? കാണാൻ കൊതിയാകുന്നു...

"കുളിര് കാലമാണ്. അമ്മ വെറ്തെ ചാടി പൊറപ്പെടേണ്ട." രാധ പറഞ്ഞു.

"എനിക്ക് തെയ്യം കാണണം." മൂത്തമ്മ ശഠിച്ചു.

"തെയ്യമെന്താ, ഇതിനുമുമ്പ് കാണാത്തതാണോ?"

"എന്തായാലും ഞാൻ പോവും."

" ഒറ്റയ്ക്കോ?"

"അങ്ങന്യെങ്കില് അങ്ങനെ."

"വയസ്സുകാലത്ത് മറ്റുള്ളോര് പറയുന്നത് കേൾക്കണം."

"വയസ്സുകാലം നിനക്കുംണ്ടാവും. നിനക്കും എന്റെ വയസ്സാവും. അന്നറിയാ..."

"ഈ അമ്മയോട് പറഞ്ഞു ജയിക്കാൻ പറ്റൂല."

രാത്രി. കിടപ്പുമുറി.

"എന്നാലൊരു കാര്യം ചെയ്യ്, നീ പോ കൂടെ. അമ്മയും മകളും കൂടി ഒരു സർക്കീട്ടാക്കി വാ."

"ഞാനെന്തായാലും പോവൂല്ല. എനിക്ക് അവ്ടെയൊന്നും പറ്റൂല്ല."

"എന്നാൽ പിന്നെ ജയശീലൻ പോട്ടെ."

"ഓന് കോളേജില്ലേ?"

"പിന്നെ! ഏതോ കടപ്പുറത്ത് തെയ്യം ഉണ്ടെന്നും പറഞ്ഞ് ഇവിടെ കോളേജ് ഇല്ല്യാണ്ടിരിക്ക്യോ."

"രണ്ടു ദിവസത്തെ പഠിപ്പാ പോവ്വ."

"എന്നു വിചാരിച്ച് അമ്മയെ ഒറ്റയ്ക്കു പറഞ്ഞയയ്ക്കാൻ പറ്റ്വോ. ആളുകള് പറയില്ലേ?"

നീണ്ട മൗനം.

ആലോചന.

"ജയശീലൻ പോവ്വോ?"

"നീ തന്നെ ചോദിക്ക് ഓനോട്."

"ഓന് പറ്റ്വോ അവ്ടെ. ഒരു വൃത്തീം മനാരോം ഇല്ലാത്ത കടപ്പുറമാ. ആളുകള് എപ്പോ നോക്കിയാലും നിരന്നിര്ന്ന് തൂറ്ന്ന്ണ്ടാവും."

ജയശീലനും മൂത്തമ്മയും നിരത്തരികിലേയ്ക്ക് മാറിനിന്നു. രണ്ടു ലോറികൾ കടന്നുപോയി. പൊടി ഉയർന്നു. എതിരെ നിന്ന് മീനുമായി മുക്കുവത്തികൾ വന്നു. മൂത്തമ്മ വെറുതെ മീനെന്തെന്ന് ചോദിച്ചതിന് ഓടുന്നതിനിടയിൽ ഒരുത്തി പറഞ്ഞു:

"അയില"

അവരുടെ ധൃതിപിടിച്ചുള്ള ഓട്ടം മൂത്തമ്മയെ ചിരിപ്പിച്ചു.

വഴിവക്കിൽ ഇരുമ്പുഗെയ്റ്റുള്ള വീട്ടിലെ ഉമ്മ വെയിലത്തു കിടക്ക നിവർത്തിയിടുകയാണ്. വയറ്റിലുണ്ട്. എത്രാമത്തെ മാസമായിരിക്കും? ആറ് അല്ലെങ്കിൽ ഏഴ്.

കാളവണ്ടിയിൽ നിന്ന് വയലിലേയ്ക്ക് കാലിവളമിറക്കുന്നു. അതു പുകയിലയ്ക്കാണ്.

"ജയശീലാ, നമ്മള് ഏത് വഴിക്കാ പോകുന്നത്, കണ്ടത്തിലേക്കൂടിയോ നെരത്ത്മ്മലേയോ?"

"എനിക്കറിയ്യോ മൂത്തമ്മേ. ഞാൻ ആദ്യമായി വര്ന്നതല്ലേ."

"അതു ഞാൻ മറന്നു."

അവർ വയലിലൂടെ നടന്നു.

"മോനേ മാഹീലെ വീട്ടില്ള്ള സൗകര്യമൊന്നും ഈടെണ്ടാവൂല്ല. ഒന്നും തോന്നറ്." മൂത്തമ്മ ഒരു ക്ഷമാപണംപോലെ ജയശീലനോട് പറഞ്ഞു. അവന് അതു കേട്ടപ്പോൾ തോന്നിയത് സങ്കടമാണ്. മൂത്തമ്മയ്ക്ക് എന്നെ അറിയില്ലേ...

വരമ്പ് ഒടുങ്ങി. ഒരു പനയുടെ തണൽ. പൊള്ളുന്ന പൂഴി. അവർ നടന്നു.

"എന്റെ മൂത്തമ്മയല്ലേ ഈ വര്ന്ന്!" പത്മാവതി അതിശയപ്പെട്ടു പറഞ്ഞു. പിന്നെ കുഞ്ഞിനെയുംകൊണ്ട് മൂത്തമ്മയുടെ നേർക്ക് ഓടി.

"നീ എന്തിനാ ഇങ്ങോട്ട് പായ്ന്നു. ഞാനങ്ങോട്ട് വെരൂല്ലേ." മൂത്തമ്മ ചിരിച്ചുകൊണ്ട് വിളിച്ചുപറഞ്ഞു.

പക്ഷേ, മൂത്തമ്മയും ഓടുകയായിരുന്നു.

ഓടി അടുത്തെത്തി.

"ഊയെന്റപ്പാ. മെലിഞ്ഞ് കോലം കെട്ടിനല്ലോ."

"മെലിഞ്ഞിറ്റൊന്നും ഇല്ല മൂത്തമ്മേ."

"ഉം. ഞ്ഞി പകുതിയായിന്. എന്റെ കണ്ണ് പോയിറ്റൊന്നും ഇല്ല."

"അല്ല! മൂത്തമ്മ കുടയും കൂടി എടുക്കാണ്ടാ വന്നത്?"

"വരുന്ന തെരക്കില് മറന്നുപോയി."

"ജയശീലന് ഞങ്ങളെയൊക്കെ അറിയ്യോ?"

അവൻ ചിരിച്ചു.

മൂത്തമ്മ പത്മാവതിയുടെ കൈയിൽനിന്ന് കുഞ്ഞിനെ വാങ്ങി.

"അതിനു രണ്ടുമൂന്നു ദിവസമായി നല്ല സുഖം ഇല്ല."

"ഞ്ഞി കണ്ടമാനം ആശുപത്രിയിലെ മരുന്നൊന്നും കുടിപ്പിക്കേണ്ട."

അവർ വീടിനു നേരെ നീങ്ങി.

ഇറയത്തെ കയറ്റുകട്ടിലിൽ പത്മാവതിയുടെ അച്ഛൻ എഴുന്നേറ്റിരുന്നു. മുഖം വിവശമായിരുന്നു. തിമിരം മൂടിയ കണ്ണുകൾ.

"സന്തോഷമായി. വന്ന്വല്ലോ." അയാളുടെ തൊണ്ടയിടറി.

മൂത്തമ്മ കണ്ണുതുടച്ചു.

ജയശീലൻ ഓലച്ചുവരിലെ ഫോട്ടോകൾ നോക്കിക്കൊണ്ടിരിക്കെ വത്സല ചായയുമായി വന്നു. അവൾ പത്മാവതിയുടെ ബന്ധത്തിൽപെട്ട കുട്ടിയായിരുന്നു. പത്തുപതിന്നാലു വയസ്സായി.

"ഉച്ചയ്ക്കെന്തിനാ ചായ?"

"കുടിച്ചോളൂ."

"എനിക്കു വേണ്ട."

അവളുടെ മുഖം പെട്ടെന്നു മ്ലാനമായി. ജയശീലന് അതു കാണാതിരിക്കാനായില്ല. അവൻ ചായയ്ക്കു കൈനീട്ടിയപ്പോൾ അവൾ, അതേപോലെ, നൊടിയിടയിൽ തെളിഞ്ഞു.

"മധുരം കുറവാണോ?"

"അല്ല."

അവൾ ചിരിച്ചു.

കിണറ്റിൻ കരയിലെ വാഴകൾ കാറ്റിൽ ഉലഞ്ഞു. കടൽക്കാറ്റ് വീശുകയായിരുന്നു. വിളിപ്പാടകലെ കടൽ. കരയിൽനിന്ന് ഒട്ടുമാറി നങ്കൂരമിട്ടു നിൽക്കുന്ന ബോട്ടുകൾ. അങ്ങുദൂരെ കാറ്റുപായകൾ നിവർത്തിയ ഓടങ്ങൾ. ജയശീലൻ നോക്കിനിന്നു.

മൂത്തമ്മ വീട്ടിലിരുന്ന് വിശേഷങ്ങൾ പറഞ്ഞു. പത്മാവതിയുടെ ഇളയകുഞ്ഞ് മൂത്തമ്മയുടെ മടിയിൽ കിടന്നു. മൂത്തമകൻ ഷാജി മൂത്തമ്മയോട് ചേർന്നുനിന്ന് കാതിലെ തോടയിൽ തൊട്ടു. മൂത്തമ്മ പറഞ്ഞുകൊണ്ടിരുന്നത് ഹരീന്ദ്രന്റെ കൂടെ പോണ്ടിച്ചേരിക്കു പോയ കാര്യമായിരുന്നു. അവിടെയെത്തി രണ്ടുദിവസം കഴിഞ്ഞതും മൂത്തമ്മയ്ക്ക് മടങ്ങാൻ ധൃതിയായി. മൂത്തമ്മയ്ക്ക് സദാ ശ്വാസംമുട്ടുന്നതുപോലെ തോന്നി. താൻ പോണ്ടിച്ചേരിയിൽവെച്ച് മരിച്ചുപോകുമെന്ന് മൂത്തമ്മ

ഭയന്നു. "എനിക്കുപോകണം." മൂത്തമ്മ മുറവിളി കൂട്ടി. "മാഹീലെ മണ്ണില്തന്നെ ചാവണം എനിക്ക്..." മാഹിയിൽ തിരിച്ചെത്തിയപ്പോഴാണ് ശ്വാസം നേരെ വീണത്. മരണത്തെക്കുറിച്ചുള്ള പേടി അതോടെ അകന്നുപോവുകയും ചെയ്തു.

"ശിവദാസേട്ടൻ വരുന്നുണ്ട്." വത്സല പറഞ്ഞു.

കടലിന്റെ മണവുമായി ശിവദാസൻ വന്നു. ഉടലിലങ്ങിങ്ങ് മീൻ ചെതുമ്പലുകൾ. മൂത്തമ്മയെ കണ്ടതോടെ ക്ഷീണവും ദാഹവും മറന്നു.

മൂത്തമ്മ മനസ്സിൽ പറഞ്ഞു.

"ഇത്രേം നല്ലൊരുത്തനെ എന്റെ മക്കൾക്കൊന്നും കിട്ടിയില്ല." ശിവദാസൻ തെളിഞ്ഞ ചിരിയോടെ മൂത്തമ്മയുടെ നേർക്ക് നടക്കുകയായിരുന്നു.

അടുപ്പിനു മീതെ മൺചട്ടിയിൽ അയില വെന്തു. ശിവദാസൻ കടപ്പുറത്തേയ്ക്കു പോയി പൊരിക്കാനായി അയക്കൂറ കൊണ്ടുവന്നു. ഊണിന്റെ നേരമായപ്പോൾ ശിവദാസന്റെ അച്ഛൻ എങ്ങുനിന്നോ വടിയും കുത്തിവന്നു. ഊണുകഴിഞ്ഞ് എല്ലാവരും വർത്തമാനം പറയാനിരുന്നു. വെയിൽ മാഞ്ഞു. തെങ്ങുകൾക്കിടയിലിരുന്ന് മലയന്മാർ തളിരോലകൾ മുറിച്ചു. നോക്കിയിരിക്കെ ഇരുട്ട് പരന്നു. പരദേവതയുടെ തോറ്റം ഉറഞ്ഞു. ചെണ്ടകൾ മുഴങ്ങി.

"എനിക്കും മോൾക്കും ഉറങ്ങാൻ പായ വിരിക്ക്ണേ." മൂത്തമ്മ ഊണു കഴിഞ്ഞ് ഇറയത്തു കാലും നീട്ടിയിരുന്ന് പറഞ്ഞു.

അതുകേട്ട് ജയശീലന് ആശ്ചര്യമായി.

"തെയ്യം കാണാൻ മാഹീന്നേ വന്നിട്ട് മൂത്തമ്മ എന്താ ഇപ്പോ ഉറങ്ങാൻ പോവാ?"

"ഞ്ഞി പോയി കാണ്. ഞാനെന്റെ മോളേം പറ്റിപ്പിടിച്ച് ഇവ്ടെ ഉറങ്ങ്വാ." മൂത്തമ്മ പറഞ്ഞു.

മറ്റുള്ളവരെല്ലാം തെയ്യത്തിനു പോയപ്പോൾ മൂത്തമ്മ കുഞ്ഞിനെ ചേർത്തുപിടിച്ച് കിടന്നു.

നല്ല കുളിര്.

മൂത്തമ്മ ഉറങ്ങി.

ഉൾത്തളങ്ങൾ

ഹർഷവർധനൻ താൻ ആരെയും പ്രതീക്ഷിക്കുന്നില്ലെന്നപോലെ ഒരു മാസിക സശ്രദ്ധം വായിച്ചുകൊണ്ട് മേശവിളക്കിനരികെ ഇരിക്കുമ്പോൾ കസവുവരകൾ മിന്നുന്നൊരു കൈത്തറിസാരി ചുറ്റി അശ്വിനി മുറിയിലേയ്ക്കു കയറിവന്നു.

അയാൾ വായിച്ചുകൊണ്ടിരുന്നത് കമ്പ്യൂട്ടറുകളെ സംബന്ധിക്കുന്ന ഒരു പ്രസിദ്ധീകരണമായിരുന്നു.

വാതിൽക്കൽ അശ്വിനിയുടെ നിഴൽ അനങ്ങിയപ്പോൾ ഹർഷവർധനന്റെ കൃഷ്ണമണികൾ ആ ദിശയിലേയ്ക്ക് ചലിക്കുകയുണ്ടായി. ക്ഷണനേരത്തേക്ക് മാത്രം അയാൾ അവളുടെ രൂപം കണ്ണുകളിൽ ഉൾക്കൊണ്ടു. പിന്നെ അയാൾ താൻ വായിച്ചുകൊണ്ടിരുന്ന അതീവ രസകരമായ ഒരു ഖണ്ഡികയിലേക്ക് ദ്രുതഗതിയിൽ തിരിച്ചുപോയി.

മാസിക മേശപ്പുറത്തുവെച്ച് അയാൾ എഴുന്നേറ്റില്ല.

അവളുടെ ചുമലിൽ സ്നേഹത്തോടെ സ്പർശിച്ചില്ല. 'ഇരിക്കൂ' എന്നു പറഞ്ഞില്ല.

അശ്വിനി താനെന്താണ് ചെയ്യേണ്ടതെന്നറിയാതെ കൈയിൽ പാലുമായി മുറിയുടെ മധ്യത്തിൽ നിന്നു.

പാലിന് ഇളംചൂടേ ഉണ്ടായിരുന്നുള്ളുവെങ്കിലും സ്റ്റീൽ ഗ്ലാസ് പൊള്ളുന്നുണ്ടായിരുന്നു. അതെവിടെയെങ്കിലും വെക്കാമെന്ന് അവൾ വിചാരിച്ചു. അതിനായി മുറിയിലൂടെ കണ്ണോടിച്ചപ്പോൾ കിടയ്ക്കക്കരികെ ഒരു സ്റ്റൂൾ കണ്ടു. അവൾ പൊള്ളുന്ന ഗ്ലാസ്സുമായി സ്റ്റൂളിന് നേർക്ക് നടന്നു. ഗ്ലാസ് സ്റ്റൂളിനുമേൽ വച്ചപ്പോൾ അവൾക്ക് വളരെ ആശ്വാസമായി. ഹർഷവർധനൻ വായിക്കുകതന്നെയായിരുന്നു.

മുറിയുടെ വാതിൽ തുറന്നുകിടന്നു.

അശ്വിനി കട്ടിലിൽ ഇരിക്കാൻ തീരുമാനിച്ചു.

കട്ടിലിൽ ഇരുന്നശേഷം അവൾ മേശപ്പുറത്ത് കൈമുട്ടുകൾ ഊന്നിയിരുന്ന്, സഗൗരവം വായിക്കുന്ന ഭർത്താവിനെ ഒളിഞ്ഞൊന്ന് നോക്കി.

അയാൾ ധരിച്ചിരുന്നത് നേർത്തൊരു വോയിൽജുബ്ബയും പൈജാ

മയുമാണ്. പുറത്താരോ വന്നു നിന്നതുപോലെ തോന്നി. അശ്വിനി വാതിലിനു നേരെ മുഖമുയർത്തി.

"വാതിലടച്ചോളൂ."

അമ്മ.

അശ്വിനി തിടുക്കത്തിൽ എഴുന്നേറ്റുനിന്നു.

ഹർഷവർധനൻ മാസികയോടെ എഴുന്നേറ്റ് വാതിലിനടുത്ത് ചെന്നു.

"ഗുഡ്നൈറ്റ്!" അമ്മ പറഞ്ഞു.

"ഗുഡ്നൈറ്റ്!" മകൻ പറഞ്ഞു.

വാതിലടച്ച് ഹർഷവർധനൻ തിരിഞ്ഞുനിന്നു.

അശ്വിനി മുഖം കുനിച്ചു.

ഒരുനിമിഷം.

ഹർഷവർധനൻ മേശയ്ക്കരികിലേക്ക് നടന്ന് കസേരയിൽ ഉപവിഷ്ടനായി. കമ്പ്യൂട്ടറുകളുടെ വിവരങ്ങളടങ്ങിയ മാസിക പിന്നെയും വായിക്കുകയായി.

അശ്വിനി അയാളുടെ നേർക്കു നോക്കി. അയാൾ പക്ഷേ, അവളുടെ സാന്നിധ്യം അറിയാത്ത മട്ടിൽ വായന തുടർന്നു.

അവൾക്ക് തന്റെ നില്പ് വിരസവും വേദനാജനകവുമായി. അവൾ രണ്ടാമതും കിടക്കയിൽ ചെന്നിരുന്നു. ഗൗരവപൂർവം വായിച്ചുകൊണ്ടിരിക്കുന്ന ഭർത്താവിനെ അതിൽനിന്ന് പിന്തിരിപ്പിക്കുന്നത് ഉചിതമല്ലെന്ന് അവൾക്ക് തോന്നി. വെളിയിലേതോ രാപ്പാടി ശബ്ദിക്കുന്നത് കേട്ടു. മുറിയിലെ വായു തണുപ്പുള്ളതായി. ഫാൻ കറങ്ങിക്കൊണ്ടിരുന്നു.

മാസിക അടക്കിവച്ച് ഒരു കോട്ടുവായോടെ ഹർഷവർധനൻ എഴുന്നേറ്റു. ഉറങ്ങുന്നതിനു മുമ്പ് എന്നും പതിവുപോലെ ബാത്ത്റൂമിൽ പോയി പല്ലുതേക്കുകയും ദേഹശുദ്ധിവരുത്തുകയും ചെയ്തു. തിരിച്ച് കിടപ്പുമുറിയിലെത്തി നോക്കുമ്പോൾ അശ്വിനി കിടക്കയിൽ ചാഞ്ഞു കിടന്നുറങ്ങുകയായിരുന്നു.

ഹർഷവർധനൻ ഉറങ്ങുന്ന ഭാര്യയെ നോക്കിക്കൊണ്ട് തെല്ലിട നിന്നു.

അവൾ പ്രത്യേക നിശാവസ്ത്രം ധരിച്ചിരുന്നില്ല.

വാർഡ്റോബിൽ നവവധുവിനായി സഹോദരിമാരും അമ്മയും ചേർന്ന് തെരഞ്ഞെടുത്ത് വാങ്ങിക്കൊണ്ടുവന്ന നിശാവസ്ത്രങ്ങളുണ്ടെന്ന വസ്തുത ഹർഷവർധനൻ അനുസ്മരിച്ചു. നിശാവസ്ത്രങ്ങൾക്കു പുറമെ പട്ടുസാരികളും സാധാരണ സാരികളും അതിൽ അടുക്കിവച്ചിരിക്കുന്നു. അശ്വിനിക്ക് ഒരു നിശാവസ്ത്രം ഉപയോഗി

ക്കാമായിരുന്നെന്ന് ഹർഷവർധനൻ മനസ്സിലോർത്തു. ആ ചിന്ത അൽപനേരം മാത്രമേ തങ്ങിനിന്നുള്ളൂ. അയാൾ കിടക്കയുടെ സമീപത്തുചെന്ന് ഒട്ടൊരു സങ്കോചത്തോടെ അശ്വിനിയുടെ ചുമലിൽ തട്ടി. അവൾ ആദ്യസ്പർശത്തിൽതന്നെ ഞെട്ടിയുണർന്നു. ചാടിയെഴുന്നേറ്റ് അവൾ അയാളെ സംഭ്രമിച്ചുനോക്കി.

ഹർഷവർധനൻ കിടക്കയിൽ ഇരിപ്പായി.

എന്നിട്ട് അശ്വിനിയോട് ഇരിക്കാനായി ആംഗ്യം കാട്ടി.

അവൾ അയാളിൽനിന്ന് തെല്ലകലെയായി ഇരുന്നു. അയാളുടെ നേരെ നോക്കിയില്ല.

"നോക്കൂ." അയാൾ അവളെ വിളിച്ചു.

എങ്ങനെ വേണം അവളെ അഭിസംബോധന ചെയ്യാനെന്ന് അയാൾ ഇനിയും ആലോചിച്ചിട്ടില്ല.

അവൾ മുഖമുയർത്തി.

"കമ്പ്യൂട്ടറുകളെക്കുറിച്ച് നിനക്കെന്തറിയാം?" അയാൾ ആരാഞ്ഞു.

അവളുടെ കണ്ണുകളിൽ ഒരിക്കൽക്കൂടി സംഭ്രമമായി.

"ചോദിച്ചതു കേട്ടില്ലേ? അറിയാവുന്നത് പറഞ്ഞോളൂ." അയാളുടെ ശബ്ദം തെല്ലുയർന്നു.

"എനിക്കൊന്നുമറിയില്ല." അവൾ പതറിയ സ്വരത്തിൽ പറഞ്ഞു.

"ഒന്നും?" അയാൾ അവിശ്വസനീയതയോടെ ചോദിച്ചു.

"ഇല്ല." അവൾ നിസ്സഹായയായി പറഞ്ഞു.

അവളുടെ ദുഃസ്വപ്നം തുടങ്ങിക്കഴിഞ്ഞിരുന്നു. പറത്ത് മരങ്ങളിലൊരു കാറ്റ് വീശി. നക്ഷത്രങ്ങളുടെ പ്രകാശം മങ്ങി.

എങ്ങനെയായിരുന്നു പ്രഥമരാത്രിയിലെ അനുഭവമെന്ന് ഫിലിപ്പ് ഡാനിയേലെങ്കിലും തന്നോട് ചോദിക്കുമെന്ന് ഹർഷവർധനന് ഉറപ്പുണ്ടായിരുന്നു. അങ്ങനെതന്നെ സംഭവിച്ചു.

വിവാഹമണ്ഡപത്തിൽ നിന്ന് ഹർഷവർധനനെ വീട്ടിലെത്തിച്ച് കുറേനേരം അയാളോടൊപ്പം തങ്ങി ഇരുളാകുന്നതിന് മുമ്പ് ശുഭരാത്രി നേർന്നു മടങ്ങിയ ഫിലിപ്പ് ഡാനിയേൽ രാത്രിയിൽ ഫോൺ ചെയ്യാനോർത്തതാണ്.

"ശല്യപ്പെടുത്തേണ്ടെന്നു കരുതി ഞാനതു വേണ്ടെന്നു വച്ചു."

അവർ സംസാരിച്ചുകൊണ്ടിരിക്കെ ആംഗ്ലോ ഇന്ത്യൻ വംശജയായ റോസ്‌ലിൻ ചില്ലുചുമരിനപ്പുറത്തുനിന്ന് ഇരുവരേയും അഭിവാദ്യം ചെയ്തുകൊണ്ട് കടന്നുപോയി.

അനേകം കമ്പ്യൂട്ടറുകൾ പ്രവർത്തിക്കുന്ന ഈ ശാസ്ത്രസാങ്കേതിക സ്ഥാപനത്തിൽ ഹർഷവർധനൻ ജോലിക്കു ചേർന്നത് അഞ്ചു വർഷം മുമ്പാണ്. അതിനുമുമ്പ് അയാൾ കുറച്ചുകാലം ബോംബെയി

ലുണ്ടായിരുന്നു. സ്റ്റേറ്റ്സിലേയ്ക്ക് പോകാനുള്ള ഒരവസരം ലഭിച്ചതാണ്. പക്ഷേ, അമ്മ അനുവദിച്ചില്ല. കടൽകടന്ന് പോയാൽ മകനെ തനിക്ക് എന്നെന്നേയ്ക്കുമായി നഷ്ടപ്പെടുമെന്ന് അമ്മ ഭയന്നു. അവരുടെ ഭയം അടിസ്ഥാനരഹിതമായിരുന്നുവെന്ന് പറയുകവയ്യ. ഹർഷവർധനൻ ഏറെ ആലോചിക്കാതെ തന്നെ തീരുമാനം പ്രഖ്യാപിച്ചു. അയാൾക്കു പകരമായി തഞ്ചാവൂർകാരനായ കൃഷ്ണസ്വാമി സ്റ്റേറ്റ്സിൽ കുടിയേറി. അടുത്തവർഷം കൃഷ്ണസ്വാമി വേരാ സെലസ്റ്റിൻ എന്നൊരു അമേരിക്കക്കാരിയെ തന്റെ ജീവിത സഖിയായി കണ്ടെത്തി.

വിവാഹത്തെക്കുറിച്ച് ഹർഷവർധനൻ പ്രത്യേക സങ്കല്പങ്ങളെന്തെങ്കിലും വെച്ചുപുലർത്തിയിരുന്നതായി അടുത്ത ബന്ധുക്കൾക്കോ, ഫിലിപ്പ് ഡാനിയലിനെപ്പോലുള്ള സ്നേഹിതർക്കോ അറിവില്ല. അശ്വിനിയെ അയാളുടെ അമ്മ നിർദേശിച്ചതായിരുന്നു അയാൾ അതംഗീകരിച്ചു. പക്ഷേ, അശ്വിനിക്ക് കമ്പ്യൂട്ടറുകളെക്കുറിച്ച് പ്രാഥമികമായ പരിജ്ഞാനംപോലും ഇല്ലായിരുന്നു. അത് ഹർഷവർധനനെ ഹതാശനും ക്രുദ്ധനുമാക്കി. പുറത്ത് മരങ്ങളിലൊരു കാറ്റുവീശി. നക്ഷത്രങ്ങളുടെ പ്രകാശം മങ്ങി.

"ഐ ജസ്റ്റ് റേപ്ഡ് ഹേർ."

എന്താണ് യഥാർഥത്തിൽ സംഭവിച്ചതെന്ന് ഹർഷവർധനൻ ഒറ്റ വാക്യത്തിൽ പറഞ്ഞുകേൾപ്പിച്ചപ്പോൾ ഫിലിപ്പ് ഡാനിയൽ അമ്പരന്നുപോയി.

"ബട്ട് വൈ?" അയാൾ ചോദിച്ചു.

"ഷി നോസ് നതിംഗ് എബൗട്ട് കമ്പ്യൂട്ടേഴ്സ്." ഹർഷവർധനൻ വരണ്ട ശബ്ദത്തിൽ പറഞ്ഞു.

ഫിലിപ്പ് ഡാനിയൽ അയാളെ മിഴിച്ചുനോക്കി. കമ്പ്യൂട്ടർ വിജ്ഞാനം ഇല്ലെന്നതിന്റെ പേരിൽ തന്റെ നവവധുവിനെ ഒരാൾ പീഡിപ്പിക്കുമെന്ന് ഫിലിപ്പ് ഒരിക്കലും കരുതിയിരുന്നില്ല. എന്നാൽ അങ്ങനെ ചെയ്യുന്നതിൽ അസാധാരണമായി ഒന്നുമില്ലെന്ന ഭാവമായിരുന്നു ഹർഷവർധനന്റെ മുഖത്ത്. കമ്പ്യൂട്ടറിന്റെ നേർക്ക് തിരിഞ്ഞ് അയാൾ സ്വയം പിറുപിറുത്തു. "ഷി ഡിസേർവസ് ഇറ്റ്"

രാവിലെ അയാൾ ഉണരുമ്പോൾ അശ്വിനി കിടക്കയിൽ ഇല്ലായിരുന്നു. പുതപ്പിനുള്ളിൽ ഉണർന്നുകിടന്ന് അയാൾ തെല്ലുനേരം ഓർത്തുനോക്കി. അയാളുടെ ശരീരത്തിന് മറ്റൊരു ശരീരത്തിന്റെ ചൂട് ഏറ്റിരുന്നില്ല. ഒട്ടും. രാജസ്ഥാനി പുതപ്പുകൊണ്ട് ശരീരം മൂടിയ നിലയിലാണ് അയാൾ ഉണർന്നത്. വെളിയിൽ നിരത്തിലൂടെ വാഹനങ്ങൾ കടന്നുപോകുന്നതിന്റെ ആരവം കാതുകളിൽ പതിച്ചു. അയൽപക്കത്തെ

അൽസേഷ്യന്റെ കുരയും കേൾക്കായി.

വാഷ്ബേസിനരികെ മുഖം കഴുകിക്കൊണ്ടുനിൽക്കെ മുറിയിലേയ്ക്ക് ആരോ കടന്നുവന്നതുപോലെ തോന്നി. അശ്വിനി ബെഡ് കോഫിയുമായി വന്നതായിരുന്നു. മേശപ്പുറത്തുണ്ടായിരുന്ന കമ്പ്യൂട്ടർമാസികകൊണ്ട് കോഫി അടച്ചുവച്ച് ഒരു നിഴൽപോലെ അവൾ തിടുക്കത്തിൽ പുറത്തുകടന്നു.

താഴെ പ്രാതലിന് ചെന്നപ്പോൾ ഹർഷവർധനൻ അശ്വിനിയെ കാണുകയുണ്ടായില്ല. അമ്മയും അടുക്കളയിൽ ജോലി ചെയ്യുന്ന ശെൽവമണിയും കൂടി അയാൾക്കുള്ള വിഭവങ്ങൾ നിരത്തി. ഇഡ്ഡലി, പുഴുങ്ങിയ ഏത്തപ്പഴം, ചട്നി, സാമ്പാർ, ദോശ, അച്ചാറുകൾ എന്നിങ്ങനെ വിഭവസമൃദ്ധമായ പ്രാതൽ. അയാൾക്ക് നല്ല വിശപ്പ് തോന്നുകയും ചെയ്തു.

ശെൽവമണി കൊണ്ടുവന്ന പാത്രത്തിൽനിന്ന് രണ്ട് ഇഡ്ഡലികൂടി അമ്മ ഹർഷവർധനന്റെ പ്ലേറ്റിൽ വെച്ചു.

"സാമ്പാർ ഒഴിക്കട്ടെ." അമ്മ ചോദിച്ചു.

"അല്പം." മകൻ പറഞ്ഞു.

ഏതാണ്ട് അഞ്ചുമിനുട്ട് കഴിഞ്ഞപ്പോൾ മകൻ തന്റെ മാരുതിക്കാറിൽ വീടിന് വെളിയിലെത്തി. മുകളിലെ ഒരു ജാലകത്തിന്റെ തിരശ്ശീലയ്ക്കു പിന്നിൽനിന്ന് തന്നെ ഒട്ടു ഭയപ്പാടോടെ നോക്കുന്ന അശ്വിനിയെ അയാൾ കണ്ടില്ല. അവളെക്കുറിച്ച് ഓർത്തതുമില്ല.

ഫിലിപ്പ് ഡാനിയൽ പിറകിലുണ്ടായിരുന്നു.

അയാളുടെ അമ്പരപ്പ് ശമിച്ചുകഴിഞ്ഞിരുന്നില്ല.

കമ്പ്യൂട്ടറിൽ സൂചനകൾ തെളിഞ്ഞുതുടങ്ങി.

ഒന്നും ചെയ്യാനില്ല. ഇത്രയും നേരം കഴിച്ചുകൂട്ടിയത് മുറിയിലെ വസ്തുക്കൾ നിരീക്ഷിച്ചാണ്. അപരിചിതമായ ആ വസ്തുക്കൾക്കിടയിലൂടെ അശ്വിനി നീങ്ങി. കിടക്കയിൽ ചെന്നു കിടന്നാലോ എന്നാലോചിച്ചെങ്കിലും ഉള്ളിൽനിന്നാരോ വിലക്കുന്നതുപോലെ തോന്നി. അവൾ അതിൽനിന്നും പിന്തിരിഞ്ഞു. പിന്നെ സെറ്റിയിൽ കണ്ണടച്ചിരുന്ന അവൾ അധികം വൈകാതെ മയക്കത്തിലാവുകയും തന്റെ ബാല്യകാലഗൃഹത്തിൽ എത്തിച്ചേരുകയും ചെയ്തു.

അശ്വിനിയുടെ ബാല്യകാലഗൃഹം ധാരാളം ഫലവൃക്ഷങ്ങൾ വളർന്ന വിസ്തൃതമായൊരു പറമ്പിന്റെ മധ്യത്തിലായിരുന്നു. ഒരു രണ്ടുനില വീട്. വൃക്ഷങ്ങൾക്കും ചെടികൾക്കുമിടയിലൂടെ ചെമ്മൺ നിരത്ത് മുറ്റംവരെ നീണ്ടുചെന്നു. മുറ്റത്തിന്റെ തെക്കേ കോണിലെ ഞാവലിന് കീഴെയായി ചായംപൂശിയ ചക്രങ്ങളുള്ള ഒരു കാളവണ്ടി. അരികിൽതന്നെ രണ്ട് വെള്ളക്കാളകൾ. അവയ്ക്ക് ചുവന്ന ചായമിട്ട്

കൊമ്പുകൾ.

"അശ്വിനി, എവിടെയാ നീ?"

താഴത്തെ വരാന്തയിൽ നിന്ന് അവളുടെ അമ്മ ഉച്ചത്തിൽ വിളിച്ചു ചോദിച്ചു.

"ഞാൻ ഇവിടെ ഉണ്ടമ്മേ" അവൾ ഉറക്കെ പറഞ്ഞു.

"എവിടെ?"

"ദാ ഇവിടെ."

അവൾ മുകൾനിലയിലെ മുറിയിലുള്ള നിലക്കണ്ണാടിയുടെ മുന്നിൽനിന്ന് ഒരു വിരലിന്റെ തുമ്പുകൊണ്ട് കരിമഷി കണ്ണുകളിലെഴുതുകയായിരുന്നു. തുറന്നുപിടിച്ച കണ്ണുകൾ. അവയുടെ അരികുകൾ കരിമഷിയിൽ കറുത്തു.

"ഏയ്" പെട്ടെന്ന് അങ്ങനെയൊരു ശബ്ദം മുഴങ്ങി.

അവൾ തിരിഞ്ഞുനോക്കി.

ആരേയും കണ്ടില്ല.

"ഞാനാ" പുറത്ത് ജനൽപ്പടിയിലിരുന്ന് മഞ്ഞനിറമുള്ള പക്ഷി പറഞ്ഞു.

അവൾ വിസ്മയത്തോടെ ജനലിനടുത്തേയ്ക്ക് ചെന്നു.

"ഞാൻ അങ്ങ് രംഗരാജപുരത്തുനിന്നും വരികയാ. അവിടം എന്തു ഭംഗിയുള്ളതാണെന്നറിയുമോ?" പക്ഷി പറഞ്ഞു.

"എന്തൊക്കെയാ അവിടെ ഉള്ളത്?" അശ്വിനി പറഞ്ഞു.

പക്ഷി ഓർക്കുന്നതുപോലെ തെല്ലിട കണ്ണടച്ചിരുന്നു.

"ആരോടാ അശ്വിനി നീയിവിടെ സംസാരിക്കുന്നത്? ഗോവണിയുടെ അറ്റത്തെത്തിയ അമ്മ അമ്പരന്ന് ചോദിച്ചു.

അവൾ ഗോവണിയുടെ നേർക്ക് നോക്കി.

അമ്മ ഗോവണി കയറി മുറിയിലേയ്ക്ക് വരികയാണ്.

"വേഗം പൊയ്ക്കോളൂ. അമ്മ വരുന്നുണ്ട്." അവൾ ഒച്ചയടക്കി പറഞ്ഞു.

"പിന്നെ വരാം, കേട്ടോ." പക്ഷി ചിറകടിച്ച് പറഞ്ഞു. നൊടിയിടയിൽ അത് ഇരുണ്ട പച്ചനിറത്തിനുള്ളിൽ എവിടെയോ മറഞ്ഞു.

"ഉറങ്ങ്യാ?" അശ്വിനി കണ്ണുതുറന്നു.

വലിയൊരു ഗ്ലാസ് നിറയെ പഴച്ചാറുമായി മുന്നിൽനിൽക്കുന്ന ശെൽവമണി.

"എനിക്കിപ്പോ ഒന്നും വേണ്ട." അശ്വിനി പറഞ്ഞു.

"അതു പറ്റില്ല. മീനാക്ഷിയമ്മ തന്നയച്ചതാ." ശെൽവമണി ഗ്ലാസ് നീട്ടിപ്പിടിച്ചു.

അശ്വിനി ഗ്ലാസ് വാങ്ങി പഴച്ചാറ് മുഴുവൻ ഒറ്റവലിക്ക് കുടിച്ചു

തീർത്തു.

"പതുക്കെ കുടിച്ചാൽ മതിയായിരുന്നല്ലോ." ശെൽവമണി ചിരിച്ചുകൊണ്ട് പറഞ്ഞു. അവളുടെ ചിരി കാണാൻ ഭംഗിയുള്ളതായിരുന്നു.

"എത്ര കാലമായി ശെൽവമണി ഇവിടെ വന്നിട്ട്?" അശ്വിനി ചോദിച്ചു.

"ഒരു കൊല്ലവും അഞ്ചുമാസവും." അവൾ പറഞ്ഞു.

"പിന്നെ വീട്ടിലേയ്ക്കൊന്നും പോയില്ലേ?"

"പണം അയച്ചുകൊടുക്കും. ഞാൻ പോകാറില്ല."

"അതെന്താ?"

"എനിക്കിവിടെ ഇഷ്ടമാ."

"കല്യാണം കഴിച്ചിട്ടില്ലേ?"

"കഴിച്ചിരുന്നു. അയാള് ഇട്ടേച്ച് മദ്രാസിലേയ്ക്ക് പോയി. ഞാൻ അന്വേഷിച്ചൊന്നുമില്ല. വേണ്ടെങ്കില് പോകട്ടെ." ശെൽവമണിയുടെ മുഖത്ത് അല്പംപോലും ഇച്ഛാഭംഗം തെളിഞ്ഞില്ല അതു പറയുമ്പോൾ.

അശ്വിനി അവളെ ഉറ്റുനോക്കി.

"ഞാൻ താഴേക്കു പോവ്വാ. എന്തെങ്കിലും ആവശ്യംണ്ടെങ്കില് എന്നെ വിളിച്ചാൽ മതി." അവൾ പോകുംമുമ്പ് പറഞ്ഞു.

അശ്വിനി പിന്നെയും ആ മുറിയിൽ തനിച്ചായി.

അവളുടെ ചുറ്റിലുമായി ശൂന്യമായ ശയ്യ, കണ്ണാടി, ഡ്രസ്സിംഗ് ടേബിൾ, പുസ്തകങ്ങൾ അടുക്കിവെച്ച ചില്ലലമാര, കടുംചുവപ്പ് പരവതാനി, കളിമൺ കുതിരകൾ, ചെറിയ പിച്ചളപാത്രങ്ങൾ, ക്വാർട്സ് ക്ലോക്ക്, കാൽക്കുലേറ്റർ...

മാരുതികാർ മുറ്റത്തെത്തി നിന്നു. ഹർഷവർധനൻ ചാരനിറത്തിലുള്ള ബ്രീഫ്കെയ്സ് തൂക്കിപ്പിടിച്ച് പുറത്തിറങ്ങി.

മീനാക്ഷിയമ്മ ചിരിച്ചുകൊണ്ട് മകനെ എതിരേറ്റു.

"നീയാകെ, ക്ഷീണിച്ചിരിക്കുന്നല്ലോ." അമ്മ പറഞ്ഞു.

"കുറെ ജോലിയുണ്ടായിരുന്നു." മകൻ പറഞ്ഞു.

അമ്മ ബ്രീഫ്കെയ്സിന് കൈനീട്ടി. വൈകുന്നേരം തിരിച്ചെത്തുന്ന മകന്റെ കൈയിൽനിന്നു ബ്രീഫ്കെയ്സ് വാങ്ങുകയെന്നത് അമ്മയുടെ ഒരു പതിവായിരുന്നു. അയാൾ ബ്രീഫ്കെയ്സ് അമ്മയ്ക്ക് കൊടുത്ത് ടൈ അഴിക്കാൻ തുടങ്ങി. അമ്മ കാപ്പിയെടുത്തുവെയ്ക്കാനായി ശെൽവമണിയെ വിളിച്ച് മകന്റെയൊപ്പം നടന്നു.

അപ്പോഴാണ് അശ്വിനിയെ ഓർമ വന്നത്.

"ഇനി ഞാനെന്തിനാ? അശ്വിനിയുണ്ടല്ലോ."

അമ്മ വിളിച്ചതുകേട്ട് അശ്വിനി വന്നു.

"ഇതു മുറിയിൽ കൊണ്ടുപോയി വെച്ചേക്കൂ." അമ്മ ബ്രീഫ്കെയ്സ്

അവളുടെ നേർക്കുനീട്ടി.

ഹർഷവർധനൻ ഗോവണികയറി അപ്രത്യക്ഷനായി. അശ്വിനി കൈയിൽ ബ്രീഫ്കെയ്സുമായി ചുവട്ടിൽനിന്നു. അമ്മ കാപ്പിയെടുക്കാനായി അടുക്കളയിലേയ്ക്ക് പോയിരുന്നു. അശ്വിനിയുടെ നെഞ്ചിടിപ്പ് ഏറി.

അവൾ മുകളിലെത്തുമ്പോൾ ഹർഷവർധനൻ വസ്ത്രം മാറുകയായിരുന്നു. മുറിയിലേയ്ക്ക് കടന്ന് അവൾ സംഭ്രമത്തോടെ തിരിഞ്ഞുനിന്നു. പിന്നെ ബ്രീഫ്കെയ്സ് നിലത്തുവച്ച് അതിവേഗം പുറത്തേക്ക് നടന്നു. അവൾ മുറിയിലേയ്ക്ക് വന്നതോ, തന്നെ വസ്ത്രം മാറ്റുന്ന നിലയിൽ കണ്ട് സംഭ്രമിച്ചതോ ഹർഷവർധനൻ ഗൗനിക്കുകയുണ്ടായില്ല.

ധൃതിയിൽ ഗോവണിയിറങ്ങി താഴെയെത്തിയ അശ്വിനിയുടെ മുഖത്തെ പരിഭ്രമം കണ്ട് മീനാക്ഷിയമ്മ എന്താണെന്ന് ചോദിച്ചു.

“ഒന്നുമില്ല.” അവൾ തിടുക്കത്തിൽ പറഞ്ഞു. എവിടെയാണ് ഒളിക്കുകയെന്നറിയാതെ അവൾ ഉഴറി.

ഹർഷവർധനൻ അശ്വിനിയെ പരിഗണിച്ചതേയില്ല. അവൾ സദാ വീട്ടിനുള്ളിൽ ഒതുങ്ങിക്കഴിഞ്ഞു. അയാളുടെ കൺവെട്ടത്തു ചെല്ലേണ്ടിവന്നപ്പോഴൊക്കെയും അവൾ സങ്കോചംകൊണ്ടു. അമ്മ ആദ്യം മുതൽക്കു തന്നെ പല ചുമതലകളും അവളെ ഏല്പിച്ചിരുന്നു. അവ നിറവേറ്റുന്നതിനായി അയാളുമായി സംസാരിക്കേണ്ടിവന്ന ഘട്ടങ്ങളിൽ അവൾ വല്ലാതെ പതറി. പലപ്പോഴും അവൾക്ക് താനെന്താണ് ഉദ്ദേശിക്കുന്നതെന്ന് വ്യക്തമായി പറഞ്ഞറിയിക്കാൻ കഴിഞ്ഞില്ല. വാക്കുകളില്ലാതെ അവൾ പരുങ്ങിനിന്നു. ഇതാകട്ടെ ഹർഷവർധനനെ ശുണ്ഠിപിടിപ്പിക്കുകയും ചെയ്തു. കുറെക്കൂടി വ്യക്തമായി ആശയങ്ങൾ പ്രകടിപ്പിക്കാൻ തനിക്കു കഴിഞ്ഞെങ്കിലെന്ന് അവൾ ആശിച്ചു. പ്രശ്നം ഭാഷയുടേതായിരുന്നില്ല. ഭാഷ അവൾക്ക് സാമാന്യം നന്നായി വശമുണ്ടായിരുന്നു. പുരാണങ്ങളും ശാസ്ത്രങ്ങളും മറ്റും അവൾ പഠിച്ചിരുന്നു. ഒട്ടേറെ ഗ്രന്ഥങ്ങൾ വായിക്കുകയും ചെയ്തിരുന്നു.

ഹർഷവർധനൻ അവളുമായുള്ള വിനിമയം തികച്ചും അസാധ്യമെന്ന് കരുതി. വാക്കുകൾ കിട്ടാതെയുള്ള അവളുടെ പരുങ്ങലും മുന്നിലെത്തുമ്പോഴുള്ള സങ്കോചവും അതിയായ ഭവ്യതയുമൊക്കെ അയാൾക്ക് അരോചകമായി. വധുവിനെ കണ്ടെത്തുകയെന്ന ചുമതല പൂർണമായും അമ്മയ്ക്കും ഇതര ബന്ധുക്കൾക്കും വിട്ടുകൊടുത്തതിൽ പലപ്പോഴും അയാൾ സ്വയം കുറ്റപ്പെടുത്തി. ഒരു ഭാര്യയെ സംബന്ധിച്ച് തനിക്ക് ചില കാഴ്ചപ്പാടുകളും സങ്കല്പങ്ങളും ഉണ്ടായിരുന്നുവെന്ന് അയാൾ അറിയുന്നത് വിവാഹാനന്തരമാണ്. അത്തരം കാഴ്ചപ്പാടു

കൾക്കും സങ്കല്പങ്ങൾക്കും നിരക്കുന്നതല്ല താൻ അഭിമുഖീകരിക്കുന്ന യാഥാർഥ്യമെന്ന് അയാൾ വിലയിരുത്തി. ഭാര്യയെ തീർത്തും അവഗണിക്കാൻ അയാൾ ശീലിച്ചു. വളരെ വൈകിയാണ് അയാൾ എന്നും ഉറങ്ങിയിരുന്നത്. ഉറങ്ങുവോളം തന്റെ ആശയലോകത്തിൽ അലഞ്ഞുനടക്കാൻ അയാൾ ഇഷ്ടപ്പെട്ടു. അംബരചുംബികളും രാജവീഥികളും അതിവേഗത്തിൽ ഓടുന്ന വാഹനങ്ങളുമൊക്കെ അടങ്ങിയതായിരുന്നു അയാൾ കൊതിച്ച ലോകം. അവിടെയങ്ങിങ്ങ് വലുതും ചെറുതുമായ കമ്പ്യൂട്ടറുകൾ നിവർന്നുനിന്നു. ചിലവ പച്ചയും ചുവപ്പും വെളിച്ചം വിതറി. ചിലവ വിചിത്രങ്ങളായ പ്രസ്താവങ്ങൾ നിർവഹിച്ചുകൊണ്ടിരുന്നു. അയാൾ ഓരോ പ്രസ്താവത്തിലുമടങ്ങിയ ഗൂഢാർഥങ്ങളുടെ പിറകേ പോയി. തിരിച്ചെത്തുമ്പോഴേയ്ക്കും കിടക്കയുടെ ഒരു കോണിൽ അശ്വിനി ഉറങ്ങിക്കഴിഞ്ഞിരിക്കും.

ചില രാത്രികളിൽ അവളുടെ ഉറക്കം അലോസരപ്പെടും. സ്നേഹത്തോടെയുള്ള ആശ്ലേഷമോ ചുംബനമോ അവളുടെ ശരീരത്തിന് അപരിചിതമായിത്തന്നെ തുടർന്നു. തന്റെ ഭാഗത്തുനിന്ന് അറിയാതെയുണ്ടായ സ്നേഹപ്രകടനം അടുത്ത നിമിഷത്തിൽത്തന്നെ അവളെ ലജ്ജിതയാക്കി. അയാളുടെ ശരീരത്തെ താൻ സ്പർശിക്കുന്നത് ഒരു അവിവേകമായി അവൾ ധരിച്ചു. കഴിവതും നിസ്സംഗയായിരിക്കാൻ അവൾ പരിശീലിച്ചു. കിടപ്പുമുറിയുടെ സ്വകാര്യതയിൽനിന്നും പുറത്തുകടന്ന് മറ്റുള്ളവരുടെ മുന്നിലെത്തുമ്പോൾ അവൾ മറ്റൊരു മുഖമാണ് തനിയ്ക്കെന്നതുപോലെ പെരുമാറി. അവൾ വളരെ സന്തോഷവതിയായി കാണപ്പെട്ടു. അത് മീനാക്ഷിയമ്മയെയും ദൂരെയുള്ള വീട്ടിൽനിന്ന് വന്ന ബന്ധുജനങ്ങളെയും ആഹ്ലാദം കൊള്ളിച്ചു. അവൾ ഗർഭിണിയായപ്പോൾ വീട്ടിൽ സന്ദർശകരുടെ എണ്ണം ഏറി. ഒട്ടുവളരെ മധുരപലഹാരങ്ങൾ ഓരോരുത്തരും കൊണ്ടുവന്നു. വീടിനകമേ മധുരപലഹാരങ്ങളുടെ ഗന്ധം നിറഞ്ഞുനിന്നു.

"കല്യാണം കഴിഞ്ഞിട്ട് നാളു കുറേയായല്ലോ? വിശേഷമൊന്നുമില്ലല്ലോ!"

ഒരുനാൾ ഹർഷവർധനനോട് ഫിലിപ്പ് ഡാനിയൽ ചോദിച്ചു.

"എന്തുവിശേഷം?" ഹർഷവർധനന് ഫിലിപ്പ് ഡാനിയൽ ആരാഞ്ഞതെന്തെന്ന് വ്യക്തമായില്ല.

ചോദ്യം ഫിലിപ്പിന് വിശദീകരിക്കേണ്ടിവന്നു.

"ഓ, അതാണോ?" ഹർഷവർധനൻ നിസ്സാരമട്ടിൽ പറഞ്ഞു. ഭാര്യ ഗർഭിണിയായിട്ട് മൂന്നുമാസമെങ്കിലും ആയിരിക്കുമെന്ന് അയാൾ തുടർന്നു പറഞ്ഞപ്പോൾ സുഹൃത്ത് അത്ഭുതപ്പെട്ടു.

"ഇതുവരെ എന്നിട്ട് പറയാതിരുന്നതെന്ത്?" അയാൾ ചോദിച്ചു.

"ഇതിലെന്തിരിക്കുന്നു, അങ്ങനെ എടുത്തു പറയാനായി?" ഹർഷ

വർധനൻ പറഞ്ഞു.

"ഏതായാലും ഇപ്പോഴെങ്കിലും അറിഞ്ഞല്ലോ. നമുക്ക് ഇതൊന്ന് ആഘോഷിക്കണം."

"അതൊന്നും വേണ്ട."

"ചുമ്മാതിരി. ഇവിടെ സ്റ്റാഫിന് മുഴുവൻ സ്വീറ്റ്സ്. അടുത്ത ഏതാനും പേർക്ക് സ്പെഷ്യൽ ട്രീറ്റ്."

ഫിലിപ്പ് ഡാനിയൽതന്നെ മധുരപലഹാരം വിതരണം ചെയ്യാൻ മുൻകൈ എടുത്തു. അതുകഴിഞ്ഞ് വൈകുന്നേരത്തോടെ പ്രത്യേക ചടങ്ങിനും. ഷാംപെയ്നിൽ തുടങ്ങിയ പാർട്ടി രാത്രി വൈകുവോളം തുടർന്നു. ഹർഷവർധനൻ ഒരു ഗ്ലാസ് ബിയർ മാത്രം കഴിച്ചു. അയാളെ സുഹൃത്തുക്കൾ സർവാത്മനാ അഭിനന്ദിച്ചു. നേരംചെല്ലുന്തോറും അവരുടെ ശബ്ദം വടിവുകെട്ടതായിത്തീർന്നുകൊണ്ടിരുന്നു. അയാൾ അമർത്തിപ്പിടിച്ചൊരു ചിരിയോടെ അവരുടെ ചേഷ്ടകൾ നോക്കിക്കണ്ടു. വീട്ടിലെത്തുമ്പോൾ സ്വീകരണമുറിയിൽ അമ്മയും അശ്വിനിയും അയാളെ ഉറങ്ങാതെ കാത്തിരിക്കുന്നുണ്ടായിരുന്നു.

"എന്തേ ഇത്രയും വൈകിയത്?" അമ്മ ചോദിച്ചു.

"ഒന്നുമില്ല. ഓഫീസിൽ കുറച്ച് കാര്യങ്ങളുണ്ടായിരുന്നു." ഹർഷവർധനൻ പറഞ്ഞു.

അശ്വിനി അമ്മയുടെ പിറകിലേയ്ക്ക് മാറിനിൽക്കുകയായിരുന്നു. ഏതു കാരണത്താലുള്ള ആഹ്ലാദമാണ് അയാൾ സുഹൃത്തുക്കളുമായി പങ്കുവെച്ചതെന്ന് അവൾ അറിഞ്ഞില്ല. അയാൾ അവളുടെ നേർക്ക് ദൃഷ്ടി പായിക്കാതെ കിടപ്പുമുറിയിലേയ്ക്ക് നടന്നു.

ഹർഷവർധനന് ഭാര്യയോടുള്ള മനോഭാവത്തിൽ കാര്യമായ ഭേദം ഉണ്ടായിക്കാണുമെന്നാണ് ഫിലിപ്പ് ഡാനിയൽ പ്രത്യാശിച്ചത്. പക്ഷേ, ഒരു കുഞ്ഞുണ്ടായിട്ടും അയാളുടെ നിലപാടിൽ അയവുണ്ടായില്ല. അശ്വിനിക്ക് ഇപ്പോഴും കമ്പ്യൂട്ടറുകളെക്കുറിച്ച് യാതൊന്നും അറിഞ്ഞുകൂടായിരുന്നു. ആശുപത്രിക്കിടക്കയിൽ കുഞ്ഞിന്റെയരികെ അവനെ വാത്സല്യത്തോടെ നോക്കിക്കൊണ്ടു കിടക്കുകയായിരുന്ന അവളോട് ഹർഷവർധനൻ ആശ്വാസവാക്കൊന്നും പറഞ്ഞില്ല.

ഒരച്ഛനായതിൽ അസാധാരണമായി എന്തെങ്കിലുമുണ്ടെന്ന് ഹർഷവർധനന് തോന്നിയില്ല. മൂന്നുമാസം കഴിഞ്ഞപ്പോൾ അമ്മയും കുഞ്ഞും അയാളുടെ വീട്ടിലെത്തി. അയാൾക്കന്ന് ഒഴിവുദിവസമായിരുന്നു. വിപണിയിൽ സമീപകാലത്തിറങ്ങിയ രണ്ടുതരം കാറുകളെ താരതമ്യവിശകലനം ചെയ്തുകൊണ്ടുള്ള സചിത്രലേഖനം നിഷ്കർഷയോടെ വായിച്ചുകൊണ്ടിരിക്കുമ്പോഴാണ് താഴെ ടാക്സി വന്നുനിന്നത്. അയാൾ ഒരു ജനലിനടുത്തു ചെന്നുനിന്നു.

നീലനിറമുള്ളൊരു ഷാളിൽ പൊതിഞ്ഞെടുത്ത കുഞ്ഞിനെയും കൊണ്ട് അശ്വിനി ടാക്സിയിൽനിന്നിറങ്ങി.

“അവനെ ഇങ്ങോട്ടു തരൂ.” മീനാക്ഷിയമ്മ കൈകൾ നീട്ടി.

അശ്വിനി കുഞ്ഞിനെ അവർക്കു കൈമാറി.

“ഇവൻ ഹർഷനെപ്പോലെതന്നെയിരിക്കുന്നു.” മീനാക്ഷിയമ്മ സന്തോഷത്തോടെ പറഞ്ഞു.

വിമാനത്താവളം. ഹർഷവർധനൻ കുറേക്കൂടി നൂതനമായ സാങ്കേതിക വിജ്ഞാനം നേടുന്നതിനായി കമ്പനിയുടെ ഡയറക്ടർ ബോർഡിന്റെ നിർദേശപ്രകാരം യാത്ര പോവുകയായിരുന്നു. അയാളെ യാത്രയയയ്ക്കാൻ അമ്മയും അശ്വിനിയും കുഞ്ഞും ഏതാനും ബന്ധുക്കളും സുഹൃത്തുക്കളും വിമാനത്താവളത്തിൽ എത്തിച്ചേർന്നിരുന്നു.

“നിനക്ക് ഹോം സിക്ക്നസ്സ് അനുഭവപ്പെട്ടേക്കുമോ?” രാമമൂർത്തി അയാളോട് ചോദിച്ചു.

“നോ.” ഹർഷവർധനൻ ചിരിച്ചുകൊണ്ടു പറഞ്ഞു.

ഫിലിപ്പ് ഡാനിയൽ എന്തോ പറയാനൊരുങ്ങി. അപ്പോഴേക്കും അമ്മ വന്ന് ഹർഷവർധനനെ വിളിച്ചു. മകനെയും കൂട്ടി അമ്മ തെല്ലൊരകലത്തിലേയ്ക്ക് പോയി.

റൺവേയിലൂടെ ഏതോ ഒരു വിമാനം ഇരമ്പിക്കൊണ്ട് നീങ്ങി. അശ്വിനി കുഞ്ഞിന് വിമാനം ചൂണ്ടിക്കാണിച്ചുകൊടുത്തു. കുഞ്ഞ് വിസ്മയത്തോടെ വിമാനത്തെ നോക്കി. ഏതാനും നിമിഷങ്ങൾക്കകം റൺവേയിൽനിന്നുയർന്ന് വിമാനം തെളിഞ്ഞ ആകാശത്തിലൂടെ പറക്കുകയായി.

“അശ്വിനി നിന്നോടു പറഞ്ഞിരുന്നില്ലേ?” അമ്മ മകനോട് ചോദിച്ചു.

“ഇല്ലല്ലോ.” മകൻ പറഞ്ഞു.

അയാൾ ഒരിക്കൽക്കൂടി അച്ഛനാവാൻ പോവുകയായിരുന്നു.

“ഞാൻ ഇപ്പോഴാ അറിഞ്ഞത്.” അമ്മ പറഞ്ഞു.

അയാൾ ഒരു നിമിഷം അശ്വിനിയുടെ നേർക്കുനോക്കി. അവൾ ആകാശത്തിലേയ്ക്ക് കൈചൂണ്ടി നിൽക്കുകയായിരുന്നു.

“എന്താ ഹർഷനോട് മുമ്പേ പറയാതിരുന്നത്?” മടങ്ങുമ്പോൾ കാറിലിരുന്ന് അമ്മ അശ്വിനിയോട് ചോദിച്ചു.

“ഇതൊക്കെ പറയേണ്ടതുണ്ടോ?” അവൾ പ്രതിവചിച്ചു.

വിമാനത്താവളത്തിൽ എത്തുന്നതുവരെ അശ്വിനി ആ കാര്യം അമ്മയെ അറിയിക്കണമെന്ന് വിചാരിച്ചിരുന്നില്ല. അവിടെ എത്തിയപ്പോൾ അവൾക്കത് പെട്ടെന്ന് ഓർമ വരികയായിരുന്നു. യാത്ര

പോകാനും യാത്രയയയ്ക്കാനും വേണ്ടി നിൽക്കുന്നവർക്കിടയിൽ വെച്ചാണ് അവൾ അമ്മയോട് സംസാരിച്ചത്. വേണ്ടായിരുന്നുവെന്ന് പറഞ്ഞുനിർത്തിയപ്പോൾ തന്നെ തോന്നുകയും ചെയ്തു.

"ഒരു കണക്കിന് മുമ്പ് പറയാഞ്ഞത് നന്നായി. വിമാനത്തിൽ കേറാൻ നേരത്ത് സന്തോഷിക്കാൻ വകയായല്ലോ." അമ്മ പറഞ്ഞു.

ഹർഷവർധനൻ കയറിയ വിമാനം മേഘങ്ങൾക്കിടയിലൂടെ കടന്നുപോയി.

കുന്നിനുമുകളിലെ ആശുപത്രി. പേവാർഡിന്റെ ജനലുകൾ തുറക്കുന്നത് കടുംനീല നിറമുള്ളൊരു കുന്നിൻ ചരിവിനു നേർക്കാണ്. താഴ്‌വരയിലൂടെ ഒരു നദിയൊഴുകുന്നു. ജനൽപ്പാളികൾ തുറന്നിട്ടാൽ മുറിയിലേയ്ക്ക് സദാ തണുത്ത കാറ്റുകൾ വീശിക്കൊണ്ടിരിക്കും.

അഞ്ചാമത്തെ ഫ്ളോറിലാണ് മുറി. അവിടേയ്ക്ക് ലിഫ്റ്റിൽ പോകുമ്പോൾ മീനാക്ഷിയമ്മ പറഞ്ഞു:

"മരുന്നുവാങ്ങി വീട്ടിൽ പോയാൽ പോരേ? എന്തിനാ ഇവിടെ കിടക്കുന്നത്?"

"സാരമില്ല അമ്മേ. ഒരാഴ്ച മതിയാകും." അശ്വിനി അവരെ ആശ്വസിപ്പിച്ചു.

അവൾ മോനെ ഒപ്പം കൂട്ടിയിരുന്നില്ല.

"അവൻ കരഞ്ഞ് ബഹളം വെയ്ക്കുന്നുണ്ടാകുമോ, ആവോ?" മീനാക്ഷിയമ്മ തന്നെത്താൻ പറഞ്ഞു.

ലിഫ്റ്റ് അഞ്ചാമത്തെ ഫ്ളോറിലേയ്ക്ക് പൊയ്ക്കൊണ്ടിരുന്നു. അശ്വിനി ലിഫ്റ്റിന്റെ ചുവരിൽ ചാരിനിന്ന് ഫ്ളോർ നമ്പർ മാറിവരുന്നത് നോക്കി.

ചികിത്സ കഴിഞ്ഞ് വീട്ടിലേയ്ക്ക് മടങ്ങുമ്പോൾ അമ്മ പ്രസന്നവതിയായിരുന്നു. ലിഫ്റ്റിൽ ഗ്രൗണ്ട് ഫ്ളോറിലേയ്ക്ക് നീങ്ങുമ്പോൾ പറഞ്ഞു:

"കഴിഞ്ഞില്ലേ! ഇതിനാ ഇപ്പോ ഇത്ര വിഷമിച്ചത്. ഇതറിയിച്ച് ഹർഷനെ ബുദ്ധിമുട്ടിക്കാഞ്ഞത് ഏതായാലും നന്നായി."

കാണാൻ വീട്ടിലേയ്ക്ക് പലരും വന്നു.

"ഒക്കെ മാറി സുഖായി." അമ്മതന്നെ സന്ദർശകരെ സ്വാഗതം ചെയ്തു. രണ്ടാഴ്ച കഴിഞ്ഞപ്പോൾ വലതുവശം പെട്ടെന്നു തളർന്നതുപോലെയായി. ഒരു ദിവസം രാവിലെ കിടക്കവിട്ട് എഴുന്നേൽക്കാനായില്ല.

വീണ്ടും ആശുപത്രിയിലേയ്ക്ക്, അതേ മുറി.

മൂന്നാഴ്ച കിടന്നു. അപ്പോഴും ഹർഷവർധനനെ വിവരമറിയിക്കാൻ സമ്മതിച്ചില്ല.

"വേണ്ട. അവൻ വലിയൊരു കാര്യത്തിന് പോയിരിക്കയല്ലേ. അതു

കഴിഞ്ഞുവരട്ടെ.”

മകൻ തിരിച്ചെത്തുന്നതുവരെ താൻ മരിക്കില്ലെന്ന് അവർക്കുറപ്പുണ്ടായിരുന്നു.

തിരിച്ചെത്തിയപ്പോൾ അയാൾക്ക് അമ്മയെ തിരിച്ചറിയാനായില്ല. അത്രയ്ക്ക് രൂപഭേദം സംഭവിച്ചിരുന്നു.

“സുഖം ഇല്യാണ്ടായി, സാരല്യ.” അമ്മ മകന്റെ വലതുകൈത്തലം പിടിച്ച് തന്റെ ചുണ്ടുകളിൽ അമർത്തി. കണ്ണുകൾ നിറഞ്ഞു. അശ്വിനി മുഖം തിരിച്ചു.

മൂന്നു കുഞ്ഞുങ്ങളെക്കൂടി അശ്വിനി ഹർഷവർധനന് നൽകി. പക്ഷേ, അമ്മ പോയതിനുശേഷം വീട്ടിൽ അനുഭവപ്പെട്ടിരുന്ന ശൂന്യത നികത്താൻ അശ്വിനിയുടെയോ മക്കളുടെയോ സാന്നിധ്യം ഉപകരിച്ചില്ല. മക്കളാരും അയാളെ അലട്ടാതിരിക്കാൻ അശ്വിനി പ്രത്യേകം ശ്രദ്ധ വെയ്ക്കാറുണ്ടായിരുന്നു. എങ്കിലും ചിലപ്പോൾ ഒരു താരാട്ടിന്റെ നേർത്ത ഈണമോ കുട്ടികളുടെ ആഹ്ലാദ ശബ്ദങ്ങളോ അയാൾ കേൾക്കുമായിരുന്നു.

ഒരു ദിവസം രാവിലെ കാർ സ്റ്റാർട്ടുചെയ്തുകഴിഞ്ഞപ്പോൾ അയാളുടെ ദൃഷ്ടി വീടിനടുത്തായി പടർന്നുനിൽക്കുന്ന അമരയിൽ പതിച്ചു. അവിടെ അമരവിത്തുകൾ മുളപൊട്ടിയതോ, അവ വള്ളികളായി മേൽപോട്ടുയർന്നതോ അയാൾ ശ്രദ്ധിച്ചിരുന്നില്ല. ഒരു കൗതുകത്തിന് അയാൾ കാറിൽനിന്നിറങ്ങി അമരയുടെ അടുത്ത് ചെന്നു. കടുംപച്ച ഇലകളും പൂക്കളും കായ്കളും നോക്കി അയാൾ ഒട്ടൊരു വിസ്മയത്തോടെ നിന്നു.

തിരിഞ്ഞുനോക്കിയത് അശ്വിനിയുടെ നേർക്കാണ്. “ഇതാരാ നട്ടത്?” അയാൾ ചോദിച്ചു.

അവൾ അന്നപൂർണയെ കൈയിലെടുത്ത് നിക്കുകയായിരുന്നു.

ഹർഷവർധനൻ അമര നട്ടതാരാണെന്ന് ചോദിച്ച് തിരിഞ്ഞുനോക്കിയപ്പോൾ താനെന്തോ അപരാധം പ്രവർത്തിച്ചതുപോലെ അവൾ മുഖം കുനിച്ചു.

അയാൾ അവളുടെ സമീപത്തേക്ക് നടന്നു.

അവൾ എന്താണ് സംഭവിക്കാൻ പോകുന്നതെന്ന ആശങ്കയോടെ കണ്ണുകൾ അയാൾക്കു നേരെ തുറന്നു. അവൾക്ക് ആശ്ചര്യമായി. അയാളുടെ മുഖത്ത് അവൾ അന്നോളം കണ്ടിട്ടില്ലാത്ത ഒരു ഭാവമായിരുന്നു.

“എന്നോട് ക്ഷമിക്കൂ.” അയാൾ പതുക്കെ പറഞ്ഞു.